வேரு

இந்திய அரசின் சாகித்ய அகாதமி பரிசு பெற்ற நவீனம்

Vērukku Nīr

A Sahitya Academy award winning Tamil Novel

ராஜம் கிருஷ்ணன்
Rajam Krishnan

NewGen e-Tamil
2017

Title: Vērukku Nīr: A Sahitya Academy award winning Tamil Novel
Author: Rajam Krishnan
Language: Tamil
Subject: Tamil social novel
Publisher: NewGen e-Tamil
15th Lane, Indira Nagar, Adyar, Chennai-600020
Acknowledgements: Rajam Krishnan and Govt. of Tamilnadu
Amazon Edition, 2017.
Website: www.newgenetamil.webs.com
E-mail:newgenetamil@gmail.com

பொருளடக்கம்

முன்னுரை

பாரத நாடு முழுவதும் காந்தியடிகள் பிறந்த நூறாவது ஆண்டை 1969ல் கொண்டாடினார்கள். அதற்கு முந்திய ஆண்டுகளில் நான் சென்னையிலேயே பெரும்பாலும் தங்கியிருக்கவில்லை. 1968ம் ஆண்டின் இறுதியில் நான் சென்னைக்கு வந்தபோது, சுதேசமித்திரன் நாளிதழில் காந்தி நூற்றாண்டை ஒட்டி என்னைச் சில கட்டுரைகள் எழுதச் சொல்லிக் கேட்டார்கள். காந்தியடிகளின் வாழ்க்கை வரலாற்றையும், அவருடைய இலட்சியங்களைப் பற்றியும் நான் படித்து இருந்தேனே தவிர, நாட்டு விடுதலைப் போரில் எவ்வகையிலேனும் பங்கு கொண்டோ, அப்படிப் பங்கு கொண்டவர்களோடு தொடர்பு கொண்டோ சிறிதும் அநுபவம் பெற்றிருக்கவில்லை. எனவே தயக்கத்துடன் ஒப்புக் கொண்டு அடிகளின் வாழ்க்கையைப் பற்றியும் சத்தியாக்கிரகத் தத்துவத்தைப் பற்றியும் வெளிவந்திருந்த நூல்கள் அனைத்தையும் படித்துப் பார்ப்பதென்று முனைந்தேன்.

டாக்டர் ரங்காச்சாரி வாழ்க்கை வரலாற்றை எழுது முன் சென்னையில் 1931, 32-ஆம் ஆண்டுகளில் நிகழ்ந்த அந்நியத் துணி மறுப்பு, மதுக்கடை மறியல் போன்ற போராட்டங்களைப் பற்றிய விவரங்களைக் கேட்டறிந்தேன். அடுத்து, கோவா விடுதலைப் போரை மையக் கருத்தாக வைத்து நான் நாவல் புனையச் செய்திகள் சேகரிக்கையில் காந்தியடிகளின் சாத்துவிக முறைப் போராட்டத்தைத் துவங்குமுன், அதற்குத் தகுதியான உரிய ஒழுக்கக் கட்டுப்பாடுகளைப் பற்றி, கோவா விடுதலைப் போராட்டத்தில் பங்கு பெற்ற பெரியார் நீலகண்ட கரபூர்க்கர் என்னிடம் விவரித்தார். 'சத்தியாக்கிரகம்' என்ற சொல்லின் உண்மைப் பொருளைப் பற்றிய அவர் உரை என்னை ஆழ்ந்து சிந்திக்கச் செய்தது. கோவா விடுதலைக்கு, வன்முறை ராணுவமே பயன்பட்டது.

அப்போது ஏன் அஹிம்சை முறை பயனற்றுப் போயிற்று? காந்தீய இலட்சியங்கள் செயல் முறைக்குப் பொருந்தாத வெறுங் கனவுகள் தாமா? நாடெங்கும் நாட்டு விடுதலைக்கு முன் புயல்போல் கிளர்ந்த எழுச்சி உண்மையில் நாட்டுப்பற்று என்ற அடிப்படையில் இருந்து எழவில்லையா?

அடிகள் பிறந்த நூறாவது ஆண்டை நாம் கொண்டாடியபோது, அவருடைய இலட்சியங்களிலிருந்து பிறழ்ந்து, நாடு வேறு திசையில் சென்று கொண்டிருப்பதையே அப்போது நடந்த நிகழ்ச்சிகள் விளக்கின. நாடெங்கும் வன்முறைச் செயல்கள் அமைதியைக் குலைத்தன. மானந்தம்பாடி, புல்பள்ளி போன்ற காட்டு மலைப் பிராந்தியங்களில் வன்முறைப் புரட்சியாளர் பயங்கரச் செயல்களில் இறங்கினர். வங்கத்தில் அன்றாட வாழ்க்கையே நிலைகுலைய வன்முறை வெறிச் செயல்கள் திகிலைக் கூட்டின. நாட்டு விடுதலை என்ற இலட்சியத்துக்காக மட்டுமின்றி, சமுதாய மேன்மைக்காகவும் அரிய கொள்கைகளை வகுத்து, தியாகத்தின் அடிப்படையில் உருவாகி ஆலமரமாக வளர்ந்து மக்களிடையே பெருஞ் செல்வாக்கைப் பெற்றிருந்த அரசியல் கட்சி, வலது, இடது என்று இரண்டு சாரிகளாகப் பிரிந்து உடைந்து வலுவிழந்து,

அரசியல் வானில் கொந்தளிப்பு மிகுந்தது. சமுதாய மேன்மைகளுக்காக எந்த அந்த அடிநிலைகளை உயரிய மதிப்போடு போற்றி வந்தோமோ, அந்த அடி நிலைகளே ஆட்டம் கண்டன. அரசியற் கட்சிகளின் மீது மக்கள் அவநம்பிக்கை கொள்ளும் வகையில் அவை செல்வாக்கு இழந்து, தனி மனிதர்களின் சண்டை சச்சரவுகளாகச் சீர் குலைந்தன.

நாளிதழுக்குக் கட்டுரைகள் எழுதுவதற்காகவே நான் ஆழ்ந்து சிந்தித்தாலும், கட்டுரைகள் முடிந்த பின்னரும் என்னால் அமைதி காண இயலவில்லை.

புற உலகின் அறைகூவல்களை எதிர்த்து நோக்க என்னுள் ஒரு யமுனா உருவானாள்.

நீலகிரி மலைத்தொடரின் பல நிலைகளிலும் வாழும் வாய்ப்பும் அநுபவமும் எனக்கு இயைந்திருந்தன. 'குறிஞ்சித் தேனு'க்காக நான் மலை வாழ் மக்களைப் பற்றிய செய்திகளைச் சேகரிக்கையில் ஒட்டியிருந்த அண்டை மாநிலமாகிய கேரளப் பகுதியில் வாழும் மக்களைப் பற்றிய செய்திகளையும் அறிந்திருந்தேன். குறிப்பாக, மானந்தம்பாடி, வயநாடு பிராந்தியங்களில் வாழும் அடியர், பணியர் வாழ்வு பற்றிய பல கட்டுரைகளை மலையாளத்தில் இருந்து மஞ்சரி இதழ்களுக்குத் தமிழாக்கம் செய்திருந்தேன். எனவே, அந்தச் சூழல் பற்றிய செய்திகள் எனக்கு 'வேருக்கு நீர்' புதினத்துக்கான பகைப் புலத்தைத் தீட்ட உதவின.

அந்த ஆண்டின் இறுதியில் நான் வங்கத் தலைநகர், கல்கத்தாவுக்குச் சென்றேன். அங்கே நான் நேரில் கண்ட காட்சிகளையும் அநுபவங்களையுமே கதையில் சித்தரித்திருக்கிறேன். அந்த அமைதி குலைந்த அன்றாட வாழ்க்கையைப் பல கோணங்களிலிருந்தும் காணும் வண்ணம், பீகார் மாநிலத்திலும் பிரயாணம் செய்தேன்; பாட்னாவில் இரண்டு மாத காலம் தங்கினேன். அரசியல் நிலைக்குக் காரணமான அறியாமையும் வறுமையும் இசைந்துவிட்டால், வன்முறைக் கிளர்ச்சிகள் தோன்றாமலிருக்க முடியாது. அந்நாளில் உயர்மட்டத்தில் விருந்து போன்ற வைபவங்களில் ஒழுக்கச் சிதைவு ஒன்றே குறியாக இருப்பதைக் கண்கூடாகக் காணும் வாய்ப்பும் பெற்றேன். தனிமனித ஒழுக்கம் சமுதாயத்துக்கு என்ற அடிப்படையான காந்திய இலட்சியங்கள், நழுவிப் போய்விட்டன. அந்நாள், எனக்கேற்பட்ட மனக்கிளர்ச்சியும் துயரமும் இந்நவீனத்தைப் புனையத் தூண்டு கோலாயின. இந்நவீனத்தைப் பலதரப்பட்ட மக்கள், ஆய்வாளர், அரசியலார் படித்து, பல வகையில் என்னிடம் கருத்துக்களையும் ஐயங்களையும் கேட்டிருக்கின்றனர். புறவாழ்வில் ஏற்படும் பாதிப்புகளினால் எனது, மன அரங்கில் ஏற்படும் கருத்துக்களும் கிளர்ச்சிகளும் எனது இலக்கியப் படைப்புகளுக்கு உந்துதல்களாக இருந்து வருகின்றன. 'நாவல்' என்ற இலக்கிய உருவை நான் எனது கருத்து வெளியீட்டு மொழியாகக் கொண்டிருக்கிறேன். அந்த வகையில் அந்நாளில் கல்கத்தாவிலும் பீகாரிலும் நான் சந்தித்த மக்களையே கதாபாத்திரங்களாகவும் உலவ விட்டிருக்கிறேன்; அவர்கள் யாவரும் தனிமனிதர்களாகத் தோன்றாமல், சமுதாயத்தின் பிரதிநிதிகளாகவே தோன்றுவார்கள். தனிமனிதப் பிரச்னைகளை வளர்த்துக் கொண்டு

செல்கையில் கதையமைப்பு வேறு விதமாக இருக்கக் கூடும். இங்கோ, நிகழ்ச்சிகள், நடப்புகள், கற்பனையல்ல.

இந்த நவீனத்துக்கு அந்நாள் (1973) மத்திய சாகித்ய அகாதமி நிறுவனப் பரிசு பெறும் சிறப்பும் கிடைத்தது.

பீகார் மாநிலத்தில் அன்று நான் கண்ட அரசியல் கோளாறுகளும், மக்களின் பிரச்னைகளும், முறுக்கேறி நாட்டின் ஆட்சியை மாற்றும் அளவுக்கு நிகழ்ச்சிகள் தொடர்ந்திருக்கின்றன.

கங்கை தன் வண்மைக்கரம் கொண்டு தழுவும் இந்த மண்ணில், இந்நாவலில் குறிப்பிட்ட, பிரச்னைகளும், நெருக்கடிகளும் புதிய வலிமைகள் பெற்றிருக்கின்றன. “நீங்கள் காந்தீயக் கொள்கைகளை ஆதரிக்கவில்லையா அம்மா?” என்று என்னைப் பலர் இந்த நூலைப் படித்துக் கேட்டிருக்கின்றனர்.

பலதரப்பட்ட மக்கள் கொண்ட மிகப் பெரிய பாரத சமுதாயம் இது. இலக்கிய ஆசிரியர்கள், சிந்தனையாளர், ஒதுங்கியிராமல், தத்தம் வழியிலே நாம் கொண்டிருக்கும் நடைமுறையில், கொள்கைகளில் வெற்றி பெற்ற அம்சம் எது, மறுபரிசோதனைக்குரிய அம்சம் எது என்று சிந்தனை செய்வது அவசியமாகிறது; அதை மக்களிடம் கொண்டு செல்வதும் கடமையாகும் என்று கருதுகிறேன்.

இந்நூலுக்குச் சிறப்பளித்தவர்களுக்கும், வெளியீட்டாளருக்கும் இதனைப் படித்துக் கருத்துரை கூறியவர்களுக்கும் எனது நன்றியைத் தெரிவித்துக் கொள்கிறேன். வாசக பெருமக்கள் மக்களாட்சி நிலவும் இந்நாட்டில் ஆற்றல் மிகுந்தவர்கள். அவர்களைச் சிந்திக்கச் செய்ய வேண்டும் என்பதே என் அவா.

அன்புடன்

ராஜம் கிருஷணன்

அத்தியாயம் 1

"மாலை ரொம்ப நல்லாயிருக்கு ரங்கா! நிசப் பூமாலை போலவே இருக்கு!" என்று யமுனா வியந்து பாராட்டுகிறாள்.

ரங்கனுக்குப் பெருமை பிடிபடவில்லை. பெரிய முண்டாசும் சந்தனப் பொட்டும் கோட்டுமாக, கம்பீரமாகத்தான் நிற்கிறான்.

"ரங்கா கௌடர் வெறும் தோட்டக்காரர் இல்லை. ஒரு நல்ல கலைஞர் என்பதை விளக்கி விட்டார்" என்று துரை புகழ்மாலை போடுகிறான்.

"வெறும் ரோஜா, முல்லை என்று மாலை அமையாமல் கீழ்நாட்டுப் பூ, மலைநாட்டுப் பூ எல்லாம் கலந்த பூ மாலையாக இருப்பதுதான் இதன் சிறப்பு. என்ன சொல்கிறீர்கள் சுமதி தாயி?"

"மாலையை யாருக்குப் போடப் போகிறீர்கள்? அதைத் தெரிந்து கொண்டால் தான் சிறப்பைச் சொல்ல முடியும்!"

சுமதி தாயி மகாராஷ்டிர மாநிலத்தைச் சேர்ந்த பெண்மணி. வார்தா ஆசிரமத்திலிருந்து காந்திய நெறி பயின்றவள். அவள் இந்த நீலமலை மூலை ஆசிரமத்தில் இவர்கள் கொண்டாடப் போகும் நூற்றாண்டு விழாவில் பங்கு கொள்ள வந்திருப்பதே சிறப்புத்தான்.

"பாரத தேவியாக வேடம் போடப் போகிறாளே அந்தச் சிறுமி பார்வதிதான், இதை அணியப் போகிறாள். நேற்று ஒத்திகையில் பார்த்தீர்களே..." என்று யமுனா விளக்கிய பின்னரே அவளுக்குப் புரிகிறது.

"அதானே பார்த்தேன், பாபுஜியின் படத்துக்கு இது எப்படிப் பொருந்தும் என்று?"

"அதற்குத்தான் கதர் மாலை முன்பே போய்விட்டதே! பல மதங்கள், பல வண்ணங்கள், பல மொழிகள், பல தரங்கள் - இவற்றை விளக்கப் பலதரத்துப் பூக்கள். ஆனால் பாரத சமுதாயம் ஒரே பண்பாட்டின் சரட்டில் ஊடுருவி நிற்கிறது..." என்று யமுனா விளக்குகையில் துரைக்கு அவள் பரவசமுற்று நிற்பதாகத் தோன்றுகிறது. உணர்ச்சி வசப்பட்டால் மலரிதழ்கள் போன்று மடிந்தாற் போல் அவளுடைய மடல்கள் சிவந்து விடுகின்றன. எங்கோ ஒரு கிராமத்து மூலையில் தாழ்த்தப்பட்ட மக்களுக்கென்று அமைந்த ஒதுக்குப்புறத்தில் பிறந்து வளர்ந்திருக்கும் அவன் காந்தி கிராமத்து அரிஜனச் சிறுவர் இல்லத்துக்கு வரும்வரையிலும் அந்தக் குப்பை மேட்டுச் சண்டை சச்சரவுகளையும் சல்லாப விநோதங்களையும் தானே அறிந்திருந்தான்? அந்தப் பருவத்தில் படியாததை பின்னே வாழ்நாளெல்லாம் படிய வைத்தாலும் அந்த ஈடுபாடு வராதோ?

யமுனா காந்தி நூற்றாண்டு விழாவுக்காக ஆசிரமக் குழந்தைகளைக் கொண்டு ஒரு கதம்ப நிகழ்ச்சி தயார் செய்திருக்கிறாள். உண்மைதான். ஆனால் இந்த ஆசிரமத்தில் யார் தாம் காந்தியடிகள் கண்ட அன்றைய பாரத சமுதாயத்தோடு சம்பந்தப்பட்டவர்கள்? யமுனாவின் தந்தை, இன்று நடமாட்டமில்லாமல் கட்டிலோடு முடங்கிவிட்ட தந்தை, அந்த நாட்களில் காந்தியடிகளுடன் சம்பாரன் சத்யாக்ரகத்துக்கே புறப்பட்டவர்; யமுனாவின் தாயோ, காந்திஜீயின் சேவாக்கிராம ஆசிரமத்தில் கிடைத்த

துணை. இவர்களெல்லோரும் கூடக் காந்தியடிகளைப் பற்றியோ, நாட்டுப்பற்றைப் பற்றியோ பேசும் போது இப்படி உணர்ச்சிவசப்பட்டு விடுவதில்லை. அவன்... அரிஜனங்கள் என்று தாய் போல் கனிவு கொண்ட அடிகளின் பெயரால் நிறுவப்பெற்ற கருணை இல்லத்திலேயே அரசு நீட்டிய கையைப் பற்றிக் கொண்டு சமுதாயம் மதிக்கத் தகுந்த மனிதனாக உருவாகி இருக்கிறான். 'துரைராசன் பி.ஈ.' என்று கடிதங்களில் வரும் வரியிலேயே அவன் தன்னைத்தானே பார்த்து மகிழ்ந்து கொள்ளுகிறான். எனினும், இந்த யமுனாவைப் போல் அவன் உணர்ச்சிப் பரவசனாகி விடுவதில்லை. ரங்கன் வைத்த ஒட்டுச் செடியில் மலர்ந்து நிற்கும் ரோஜாவைப் போன்ற அந்த முகம்; ஒட்டில் மலை ரோஜாவுக்குரிய வண்ணச் சிறப்பு உண்டு. அடுக்கடுக்கான இதழ்கள். ஆனால் மலை ரோஜாவுக்கில்லாத வாசனை, எண்ணங்களை நிறைக்கச் செய்கிறது. இந்த ஆசிரமத்துக்கு யமுனா ரோஜா; இல்லை... மான்! இல்லை... சிங்கம்...; இல்லை ராஜகுமாரி...

"என்ன நீங்கள் பஸ்ஸுக்குப் புறப்பட்டு விட்டீர்களா? திகைத்துப் போனாற்போல் நிற்கிறீர்களே?" என்று யமுனா கேட்கும் போது தான் அவன் ஒரு புன்னகை செய்து சமாளிக்கிறான்.

"மற்ற சாமான்களெல்லாம் ஜோசஃப் சாருடன் போயாச்சில்ல?"

"ஆமாம்; இந்த மாலைதான் எனக்குத் தெரிந்து பாக்கி. நீங்கள் முன்னே போய் ரங்கனுடன் பஸ்ஸைக் கொஞ்சம் பிடித்து வையுங்கள்; ஓட்டமாக வருகிறேன்!"

சுமதியும் அவளுமாக நடக்கின்றனர். பூங்காக் குடிலிலிருந்து அவர்கள் இல்லம் செல்லும் சரளை மண் பாதையின் இருமருங்கிலும் பச்சைக் குஞ்சம் கட்டினாற் போல் காணப் பெறும் வாசனைப் புல் பாத்திகள் வறண்டு கிடக்கின்றன; ஒரு புறம் பள்ளத்திலோடும் ஆற்று நீரை மேட்டுக்கு இறைத்துத் தரும் பம்ப் செட் ஓடிக் கொண்டிருந்தாலும் வானவனின் கருணையின்றி வளமுண்டோ என்று கேட்கும் பாவனையில் இலைக்கோசும் பூக்கோசும் சவலைக் குழந்தைகளைப் போல் காட்சியளிக்கின்றன. ரங்கனின் தந்தை உதகையின் ஐரோப்பிய கவர்னர்கள் காலத்து மாளிகைத் தோட்டத்தில் பணி செய்தவன். இந்த ரங்கன் அந்தச் சிறுவயதிலேயே ரோஜாப் பதியன்களிலும், 'ஸ்வீட் பீஸ்' கொத்துகளின் நறுமணச் சூழலிலும் வளர்ந்தவன். ஏழு வயசிலேயே ஜாடிகளில் அழகாகப் பூப்போடுவானாம். பாரததேவிக்கு அவனைக் கொண்டு காகிதப் பூமாலை கட்டச் சொல்ல வேண்டியிருக்கிறது! பூந்தோட்டத்தைக் குறுக்கி, மேலும் மேலும் பெருகும் வயிற்றுப் பசித் தீயை அவிக்க, கப்பைக் கிழங்கும் வாழையும் நட்டிருக்கிறார்கள்.

"துரை இங்கே எத்தனை காலமாக இருக்கிறார் யமு?" என்று கேட்கிறாள் சுமதி தாயி.

யமுனா சட்டென்று தலை நிமிர்ந்து பார்க்கிறாள். "...துரை இங்கே வேலைக்கு என்று வரவில்லையே? பில்லூர் அணை கட்டும்போது படிப்பை முடித்து வேலைக்கு வந்தார். அப்போதெல்லாம் ஓய்வு நாட்களில் இங்கு வருவார். அம்மாவனோடு பேசுவார். பம்ப்செட், விளக்கு

- ஏதானும் கோளாறிருந்தால் கவனிப்பார். பிறகு அணை திட்டம் முடிந்து வேலை இல்லாமலாகிவிட்டது. ஆறேழு மாசமாய் வேலை இல்லை. வேலை கிடைக்கவில்லை. ஒரு மாசம் முன்னே இங்கே வந்தார். இங்கே பெரிய பையன்கள் நாலைந்து பேருக்கு அடிப்படைத் தொழில் நுணுக்கங்கள், வொயரிங் போன்றதெல்லாம் அவராகச் சொல்லிக் கொடுக்கிறார். அம்மாவனுக்கு அவரை ரொம்பப் பிடிக்கும். ‘‘வேலை கிடைக்கலேன்னு கவலைப்படாதே. நீ இங்கேயே இரு’’ என்று சொல்லியிருக்கிறார். துரை திருக்குறள் வகுப்பு எடுப்பார். கேட்டுக் கொண்டே இருக்கலாம், சுமதி தாயி!’’

‘‘அதான் முதலில் இங்குள்ள ஆதிவாசி இருளர் இனமோ, என்று நினைத்தேன். எனக்குங்கூட அவருடைய பேச்சு, சுபாவம் எல்லாம் பிடித்திருக்கிறது. இப்படி எத்தனை எத்தனை இளைஞர்களை நம்பிக்கையற்ற எதிர்காலத்துடன் வைத்திருக்கிறது!’’

யமுனா யோசனையில் ஆழ்ந்திருக்கிறாள்.

ருக்மிணி அம்மை குடிலின் வாயிற்புறம் மூங்கிற் குழாயால் கன்றுக் குட்டிக்குக் கஞ்சி புகட்டிக் கொண்டிருக்கிறாள்.

மூங்கிற் தட்டிக்கு மேல் ஓடுகள் வேயப் பெற்ற இல்லம். பதினான்குக்குப் பதினாறாய் மண்ணில் மெழுகிய கூடம், சுவரில் நூல் சிட்டம் நிறைவேறாமல் மாட்டியிருக்கிறது. மூங்கில் அலமாரியில் அடுக்காகப் புத்தகங்கள். ஒரு கொக்கியில் அரிக்கேன் விளக்கு தொங்குகிறது. ஒட்டி ஒரு வாயிற்படி தெரிகிறது. உள்ளே புகுந்தால் பத்தடிக்குப் பன்னிரண்டாக ஒரு அறை, மரக்கட்டில் ஒன்றில் யமுனாவின் தந்தை படுத்திருக்கிறார். கைக்கெட்டும்படியாக வலது பக்கம் நீண்ட பலகையில் புத்தகங்கள் எழுதும் பலகை, மூக்குக் கண்ணாடி, ஒரு கடிகாரம் இருக்கின்றன. அங்கும் ஓர் அலமாரி நிறைந்த புத்தகங்கள். நலிந்த உருவில் படுத்திருப்பவரின் வயதை அறுபதிலிருந்து எண்பது வரையிலும் கொண்டு நிறுத்தலாம். கதிரேசனின் ஒளிப்பட்டிராத குருத்துப் போல் முகம் வெளுத்துச் சுருங்கியிருக்கிறது. அகன்ற நெற்றியும் கூரிய... செதுக்கு அமைப்புமாக விளங்கும் அந்த முகம் ஒரு காலத்தில் மிகுந்த ஒளியுடன் திகழ்ந்திருக்கக் கூடும்? கட்டில் சாதாரணக் கட்டில்களை விட, அவர் உடலுக்கேற்ற வகையில் நீளமாக இருக்கிறது. சுருங்கிய பாதங்கள், உள்ளங்காலின் வெண்மையான நிறம், முதியவர் நடமாட்டம் விட்டுப் பல நாட்கள் ஆயின என்றுரைக்கிறது.

இலேசான நச்சுக் கொல்லியின் மணம் நோயாளியின் அறை என்ற உணர்வைத் தோற்றுவித்தாலும், ‘‘என்னம்மா பஸ்ஸுக்குப் போகல்லே?’’ என்று கேட்பவரின் குரல் ஆரோக்கியமாகவே இருக்கிறது.

‘‘போய்க் கொண்டே இருக்கிறோம்பா, சுமதி தாயி உங்ககிட்டச் சொல்லிக்காம போய்விடுவார்களா?’’

‘‘சுமதி தாயியா? போய் வாங்கம்மா! இவ்வளவுக்கு நினைப்பு வச்சு இந்த மூலைக்கு...’’

குவிந்த கரங்கள் நடுங்குகின்றன. சற்று முன் ஆரோக்கியமாக ஒலித்த குரல் கரகரத்து ஒலிக்கிறது. யமுனா அந்தக் கைகளைப் பற்றிக் கொண்டு விழிக்கடைகளைத் துடைக்கிறாள்.

"நான் உண்மையிலே பெங்களூர் காங்கிரஸுக்கா வந்தேன்? ராம்ஜியைப் பார்க்கணும், ருக்மிணி தாயியைப் பார்க்கணும்னுதான் ஓடி வந்தேன்."

"எப்படியிருந்த குடும்பம், எப்படியோ போய்விட்டது. ஆண்டவன் இருக்கிறார்... வேறெதைச் சொல்ல?"

"எனக்கு நம்பிக்கையே போய்விட்டது சுமதி தாயி!"

"சை... இதென்ன ராம்ஜி? நீங்களா! உங்கள் நம்பிக்கை ஏன் போக வேண்டும்? இதோ, யமுனாவைப் பார்த்துக் கொண்டா நீங்கள் இப்படிப் பேசுகிறீர்கள்?"

அவர் தாமாகக் கண்களைத் துடைத்துக் கொண்டு அவர்கள் இருவரையும் பார்க்கிறார். கை குவிகிறது மீண்டும்.

"போய் வாங்கம்மா? போய் வாம்மா, யமுனா!"

ருக்மணி அம்மை வாயிற்படியில் நிற்கிறார். சுமதி அவளைத் தழுவி விடை பெறுகிறாள். "இந்த மூலையில் சத்தியம் இருக்கிறது. அது இருக்கும். சத்தியம் எங்கேனும் மாயுமோ சோதரி?"

சுமதிக்குப் பேச நா எழவில்லை.

யமுனா தன்னுடைய மாற்றுச் சேலையையும் இரண்டொரு தேவைகளையும் பைக்குள் திணித்து மாட்டிக் கொள்கிறாள்.

பஸ் நிற்கிறதோ என்னவோ?

"வாருங்கள் சுமதி தாயி?" இருவரும் சாலையைப் பிடிக்க விரைகின்றனர். ஜூலை மாசம் இருபது தேதியில் மேற்குத் தொடரில் இப்படி வறட்சி நிலவுவதுண்டோ? மூடிக் கண் திறந்து வானவன் கண்ணாமூச்சி யாடுவதுடன் மறைந்து போகிறான். ஒரு மேகக் குஞ்சு சினையாவதில்லை; ஆறு மெலிந்து இழையாக ஓடுகிறது. எங்கோ சந்திர மண்டலத்தை எட்டிப் பிடிக்கிறார்கள். அரசியல் வானில் கொந்தளிப்பு, தனி மனிதர்களையும் அது ஆட்டிப் படைக்கிறது. ஆனால் இந்த மூலை நோஞ்சான் குழந்தையாய், கண்களில் மட்டும் ஒளியை வைத்துக் கொண்டு உயிர்த்திருக்கிறது.

கண்களில் மட்டுமே ஒளி...

"ஓ! சாலையில் பஸ் வந்து நிற்கிறதே?"

ரங்கன் நீளமான அந்த மாலைப் பெட்டியை, (மூங்கிலிழைகளால் ஒரு பெட்டி முடைந்திருக்கிறானே?) பஸ் உள்ளே ஏற்ற வேண்டுமென்று பிடிவாதம் பிடிக்கிறான்.

"ஊட்டி, ட்ராமாக்குப் போறது, பாரததேவிக்கு மாலை. இல்லாட்டி கண்டா முண்டா சாமான்களோடு மேலே போடலாம்" என்று மாலைப்பெட்டியுடன் நிற்கிறான்.

"இருக்கட்டுமேய்யா? அதான் பொட்டிக்குள்ள வச்சிருக்கியே? கீழே அல்லாம் மெறிச்சி துவையலாக்கிடுவாங்க..."

ரங்கனின் முகத்தில் கவலை கனக்கிறது.

“அதென்னமோ தெரியாதுங்க என் பக்கத்தில் அது இருக்கணும்.”

“அப்ப அந்தாளையும் மேலே ஏத்திடுங்க!” என்று யாரோ ஒருவர் நகைச்சுவையுடன் சிரிக்கிறார்.

“இந்தாய்யா, ஒண்ணும் ஆகாது. நான் கியாரண்டி. போடப்பா, மேலே...” பெட்டியைக் காக்கிச் சட்டை ஆள் பற்றும் போது ரங்கன் அழுதுவிடுவான் போலிருக்கிறது.

“ரங்கனின் முகத்தைப் பாருங்க யமுனா!” என்று நகைக்கிறான் துரை.

“பாவம், ஒரு அற்பமான உடைமை. இதற்கே இப்படி மனித இயல்பு இருக்குமானால் தனி உடைமை என்று மனிதனோடு பரம்பரை பரம்பரையாக ஊறியவற்றை எல்லாம் எப்படிப் பிரித்து எடுப்பது?” என்று கூறிக்கொண்டே யமுனா பஸ்ஸிலேறி முன்புறம் அவர்களுக்காக ஒதுக்கப் பெற்ற இருக்கை ஒன்றில் அமர்ந்து கொள்கிறாள்.

“அதுதான் ரத்தம் சிந்தப் பிரிக்கும் தந்திரம்” என்று விடையிறுக்கிறாள் சுமதி.

“நீங்க என்ன, மார்க்ஸீயம் பேசுறீங்க?”

“பெங்களூர் காங்கிரஸுக்கப்புறம் வேற என்ன, எப்படிப் பேசுவதாம்? அதுவே இது; இதுவே அது...”

“நீங்க என்ன எல்லாத்துக்கும் பெங்களூர் காங்கிரஸை வம்புக்கிழுக்கிறீர்கள்? நீங்க ரைட்டா?” என்று சிரிக்கிறான் துரை.

“நீங்க லெஃப்டா?” என்று திருப்பிக் கேட்கிறாள் சுமதி தாயி. உண்மையில் சுமதி தாயி எத்தனை தடவைகளோ தான் பெங்களூர் காங்கிரஸுக்கு வந்தவள் என்பதை நினைப்பூட்டி விட்டாள். தன் மனத்தாங்கலைக் கொட்டிக் கொள்ளத்தான் அவர்களைத் தேடி வந்திருப்பாளோ என்று கூட யமுனா நினைக்கிறாள். தங்கிய இரண்டு நாட்களிலும் நூற்றாண்டு விழாக் கதம்ப நிகழ்ச்சியைக் கொண்டே அவனைப் பேசவிடாமல் அடித்தாயிற்று.

“இப்ப ஆசிரமத்தில் பம்ப்செட் ஓடுவது எனக்கு ஆச்சரியமாக இருக்கு. ராம்ஜி சரியாக இருந்தால் ஒவ்வொரு குடமாக மேட்டிலேறித் தண்ணீர் இரைக்கச் சொல்வாராக்கும்!”

“ஹூம், அதெல்லாம் நடக்கும் செயலில்லை. ஆசிரமத்திலிருந்து வரும் ரங்கன், இப்ப ஊட்டியில் ரேஸ் இருந்தால் அங்கே தான் முதலில் போவான். இல்லாவிட்டால் எங்கே சினிமா ஸ்டார்கள் வந்து ஷூட்டிங் நடக்கிறதோ அங்கு ஆஜராவான். இந்த பஸ்ஸையே எடுத்துக் கொள்ளுங்கள்; இருபது வருஷத்துக்கு முன்னே இங்கே வெளியுலகம் எப்படி இருக்குமென்று தெரிந்திருக்காது. இப்ப நம்ம மாரி இருளன் சினிமா எங்கேன்னு அலைகிறான். பிரேமா சினிமாப் பாட்டு, நல்ல தமிழில் எப்படிப் பாடுது?”

யமுனாவுக்குப் பேசும் உற்சாகமோ, கலகலப்போ இல்லை.

மலைப்பாதையில் உய் உய்யென்று பஸ் ஏறுகிறது. எட்டு ஆண்டுகளுக்கு முன் இங்கே அமைக்கப் பெற்றிருக்கும் நீர் மின் நிலையங்களுக்காகப் போட்ட சாலை; இந்த இருண்ட மலைக் கானகங்களில் புத்தொளியும் புதிய நாகரிக மலர்ச்சியும் வந்துவிட்டதன்

அடையாளமாக இந்தப் பஸ் குதிரைப் பந்தயத் திருவிழாவுக்கும் மக்களைச் சுமந்து கொண்டு மலையேறுகிறது. வனவிலங்குகளின் இருப்பிடமாகத் திகழ்ந்த இருண்ட கானகங்கள் இன்று கரைந்து விட்டன. தன்னிச்சையாகக் குதித்துச் செல்லும் அருவிகள் இன்று மறைந்து விட்டன. மலைச்சரிவெங்கும் பச்சைக் குவியல்களாகத் தெரியும் தேயிலைச் செடிகளினூடே கரைந்த கானகங்களினூடே கோபுரந்தாங்கிகளில் வீரிய மிக்க மின்வடங்கள் செல்கின்றன. நீர்த்தேக்கங்களை ஒட்டிச் செயற்கைப் பூங்காக்கள். அவற்றை ஒட்டிய சுற்றுலா விடுதிகள்; வாயில் விடுதிகள்; வாயில்களில் நீண்ட படகு போன்று பளபளக்கும் ஊர்திகள். சில நீர்த்தேக்கங்களில் அலங்காரப் படகுகளும் வைத்திருக்கிறார்கள். ஆனால் நீரில்லையே! புற்சரிவுகளில் உல்லாசம் விரும்பி வருபவர்களுக்காக மட்டக் குதிரைகளைப் பிடித்துக் கொண்டு நிற்கும் ஏழைகளுக்கொப்ப அணைத் தேக்கம் காட்சியளிக்கிறது.

ஏழைமை கொடியது. வயிற்றுக்கில்லாத ஏழைமை மட்டுமல்ல; 'இந்த முக்கல் முனகல் பஸ்ஸில் இடித்து நெருக்க, வயிற்றுக்குடல் சுருண்டு வாயில் வந்து விடுவது போல் புரட்ட, இப்படிப் போக வேண்டியிருக்கிறதே; அந்தப் படகுக் காரில் போக வழியில்லையே' என்ற ஏக்கத்தைத் தோற்றுவிக்கும் உணர்ச்சியும் ஏழைமையிலிருந்து பிறப்பது தான். அதை எப்படியேனும் வெற்றி கொள்ள வேண்டும் என்று தான் கஞ்சிக்குத் தானியம் வாங்க வைத்திருக்கும் கைப்பொருளையும் 'ஜாக்பாட்'டில் கொண்டு கொட்டுகிறார்கள்.

வெளியிலிருந்து சில்லென்று காற்று முகத்தில் வந்து படிகிறது.

மேலே மழை பெய்யுமோ?

சில வளைவுகள் ஏறுமுன்பே சாரல் பெருந்துளிகளாய் பஸ்ஸைத் தாக்குகிறது. பரபரவென்று பஸ்ஸின் திரைச் சீலைகளை இழுத்து மாட்ட ஒரு சிறு போராட்டம் நிகழ்த்த வேண்டியிருக்கிறது. கொக்கிகள் இருந்தால், கண்ணுள்ள ஓரங்கள் கிழிந்து போயிருக்கின்றன. கண்ணிருந்தால் கொக்கிகளில்லை!

படபடவென்று அவைகளும் நீர்த்துளிகளுமாக மோதிக் கொள்ள, கொண்டையூசி வளைவுகளில் ஏற இயலாமல் வழுக்கி வழுக்கிப் பின்வந்து முன்னேறுகிறது வண்டி...

சுமதி பைக்குள்ளிருந்த சால்வையை எடுத்துப் போர்த்திக் கொள்கிறாள். கறுப்பில் சிறுசிறு பூக்கள் தைத்த சால்வை.

"இதை எங்கே வாங்கினீர்கள் சுமதி தாயி?"

"இது பிரபாதேவி கொடுத்தார். அஸ்ஸாமில் நெய்தது என்று நினைக்கிறேன்."

பிரபாதேவி யாரோ? சுமதி தாயி நாட்டுக்குச் சுதந்தரம் கிடைத்த பிறகு, முதல் அரசியல் தேர்தலில் நிற்கவில்லை. அடுத்த தேர்தலில் காங்கிரஸ் கட்சியில் நின்று வெற்றி பெற்று ஐந்தாண்டுக் காலம் மாநில சட்ட மன்றத்தில் உறுப்பினராக இருந்திருக்கிறாள். அடுத்த தேர்தலில் வெற்றி பெறவில்லை. பிறகு தேர்தலுக்கே நிற்கவில்லை. பதவிக் காலத்தில் தொடர்புகளும், நட்பும் நிறைய இருந்திருக்கும்.

"மஞ்சூரு... மஞ்சூரு...!"

கோட்டும் தலைப்பாகையுமாக, சிறிது மழை பெய்த குளிர்ச்சியில் பளிச்சென்று காணும் பச்சைகளிடையே மனிதக் கும்பல் குதிரைப் பந்தயத்துக்கும் திரைப்பட விழாவுக்கும் போகத் துடித்துப் பஸ்ஸை நெருங்குகிறது.

"பூக்கூடையைக் கீழே இறக்குங்கப்பா!" என்று ரங்கன் குரல் கொடுப்பது யார் செவிகளிலும் விழவில்லை. கூட்டம் அதிகம் தான். ஏழு பேர்களை அதிகமாகக் கீழே நடக்குமிடத்தில் உட்கார ஏற்றிக் கொள்கிறான் கண்டக்டர். பிறகு தேநீரருந்தச் செல்கிறான். துரை ஆவி பொங்கும் தேநீர் தம்ளர் இரண்டை ஏந்திக் கொண்டு வருகிறான்.

"என்ன இது? நாங்க கேட்கவில்லையே?"

"கேக்காம போனா நான் வாங்கிவரக் கூடாதா?"

"அதுசரி..." என்று சுமதி புன்னகையுடன் வாங்கிக் கொண்டு யமுனாவிடம் ஒன்றைக் கொடுக்கிறாள்.

"முதலில் ராம்ஜியின் லட்சியம், இந்த மலைக்காடுகளில் காந்திஜியின் ஊருளி ஆசிரமத்தைப் போல ஒன்று அமைத்து இயற்கையின் வைத்திய சேவை செய்ய வேண்டுமென்பது தான். பிறகு அவரே சல்ஃபா மருந்துகள், ஊசி வைத்தியம் எல்லாம் செய்ததை நானே முன்பு ஐம்பத்தெட்டில் வந்த போது பார்த்தேன். தேநீரைக் கண்ணெடுத்துப் பார்த்திராத ருக்மிணி பாயி, மூன்று நேரம் தேநீரருந்தியதைப் பார்த்து ஆச்சரியப்பட்டேன்..."

"இங்கே வாழ்க்கை முறையே சோதனையாக வாழ்ந்து பார்ப்பதுதானே சுமதி தாயி?"

"நம் ஜனநாயகம் - அல்ல மக்களாட்சியைப் போல..." என்று சிரிக்கிறான் துரை.

"ஆமாம். பரிட்சையில் தோல்வியும் வரலாம் என்பதற்கு இதுவே அத்தாட்சி."

"நம் ஜனநாயகம் தோல்வி என்று சொல்கிறீர்களா என்ன?" என்று யமுனா கேட்கும் கேள்வி வேகமாக வந்து தாக்குகிறது.

"பின்ன, இது வெற்றியாக்கும்?"

"சந்தேகமில்லாமல், முதல் முதலில் உலகிலேயே பலாத்காரத்தில் மட்டும் நம்பிக்கை கொண்ட ஒரு கட்சி ஜனநாயக முறைத் தேர்தலில் பதவிக்கு வந்திருப்பது இந்த நாட்டில்தான். பல்வேறு இன மத மொழிக் கலப்புள்ள புதிய விடுதலை பெற்றதொரு நாடு என்பதை மனக் கண்ணில் நிறுத்திக் கொண்டு வெற்றியா தோல்வியா என்பதை நீங்கள் ஆராய்ச்சி செய்யுங்கள்!"

"அடேயப்பா! யமுனாவுக்கு எத்தனை ரோசம் வருகிறது. கட்சி மாறுவதும், அரசுகள் கவிழ்வதும், முட்டையடிப்பதும் ஜனநாயகத்தின் மாபெரும் வெற்றியானால் வைத்துக்கொள்..."

சுமதியின் குரலில் நகையின் இழை மாறவில்லை.

"அது, இத்தனை பெரிய ஒரு அமைப்பில் ஜனநாயக உரிமையினால் ஏற்பட்ட ஒரு வண்ணம். அதனால் ஜனநாயக உரிமை வெற்றியில்லை என்று எப்படிச் சொல்ல முடியும். குருடனாக இருந்த மகன் கண்

பெற்றதால் நாள்தோறும் சினிமா பார்த்துக் கெட்டுப் போகிறான். அதனால் அவனுக்குக் கண் கிடைத்ததே தப்பு என்று ஒரு தாய் சொல்வாளா? அடங்கி ஒடுங்கிக் கிடந்த எல்லாச் சக்திகளும் ஆசைகளும் அந்தக் கண்களைப் பெற்றதனால் விழித்துக் கொண்டிருக்கின்றன. இதைச் சமாளிக்க வழிகாட்டி அழைத்துச் செல்ல நல்ல தலைவர்கள் வேண்டும்."

"அதைச் சொல்லுங்கள் ஒப்புக் கொள்கிறேன்..."

"அதுசரி; அந்த நாட்களில் தலைவர்கள் தன்னலமற்ற தியாகத்தினாலும் நாட்டுப் பற்றினாலும் எளிய மக்களும் தரம் உயர வாழ வேண்டும் என்று மெய்வருந்தச் சேவை செய்ததினாலும் உருவானவர்கள். இந்நாட்களிலோ கூட்டங்களாலும் கோஷங்களாலும் பூமாலைகளாலும் பத்திரிகைகளாலும் உருவாக்கப்படுகிறார்கள். உண்மையான தியாகிகளுக்கும் தொண்டர்களுக்குங் கூட இந்நாட்களில் இந்த விளம்பரங்கள் இல்லையேல் எடுபடவில்லை. இதனால் கையில் பணமுள்ளவன் மற்றவர்களை விலைக்கு வாங்கிச் சாதித்துக் கொள்கிறான். மிருக வலிமை கொண்டவன் பணக்காரனை வெருட்டி மிரட்டி வன்முறையில் அவனை விலைக்கு வாங்குகிறான்..."

"இது ஏன் இப்படி ஆயிற்று?"

"என்னைக் கேட்டால் நான் என்ன சொல்லட்டும்? நான் தலையுமில்லை; பணமும் கிடையாது. இந்தக் கால இளைஞரின் ஆர்வத்தைத் தூண்டிவிடும் சாமர்த்தியமுமில்லாத பத்தாம் பசலி..."

"ஏனிப்படி அலுத்துக் கொள்கிறீர்கள்? நீங்கள் அடுத்த முறை தேர்தலுக்கு நிற்கையில் நான் பிரசாரம் செய்ய வரேன் பாருங்க; போஸ்டர் போடணும் - அதில் தான் வெற்றியே அடங்கிக் கிடக்கு; என்ன சொல்றீங்க யமுனா?" என்று கேட்கிறான் துரை.

யமுனா வரிவரியாகக் காய்ந்து கிடக்கும் விளைநிலச் சரிவுகளைப் பார்த்துக் கொண்டு உட்கார்ந்திருக்கிறாள். முகத்திலே உற்சாக மலர்ச்சிக்கு மாறாகத் தீவிரம் குடி கொண்டிருக்கிறது.

அத்தியாயம் 2

ஜோசஃப் முன்னதாகவே வந்து பஸ் நிற்குமிடத்தில் அவர்களுக்காகக் காத்து நிற்கிறார். முடியில் பாதிக்குப் பாதியாய் வெண்ணிற இழைகள் அடர்த்தியான கிராப்பில் பங்கு கொண்டிருக்கின்றன. சிறிய ஹிட்லர் மீசை கருப்பாகவே இருக்கிறது. விழிகளின் கூர்மை மூக்குக் கண்ணாடியிலும் தெரிகிறது. அந்த நாட்களில் ஜயப்பிரகாஷ் அச்சுத பட்டவர்த்தன் கோஷ்டியில் இருந்தவர் ஜோசஃப். ஜயப்பிரகாஷ் தீவிர அரசியலை உதறிச் சர்வோதயத் தொண்டுக்கு வழிகாட்டிய போது, ஜோசஃப் ராம்ஜியின் சேவாசிரமத்தில் பங்கு பெற வந்தார். அப்போது இந்த ஆசிரமம் கூடலூர்ப் பக்கம் அமைந்த இயற்கை வைத்திய இல்லமாகத் தானிருந்தது.

யமுனா சிறு வயசுக் குழந்தையாக அவருடைய தோளிலும் மடியிலும் முதுகிலும் ஏறி விளையாடியவள். பின்னர் அவள் கோவை நகரில் படிக்கச் சென்று விடுதியில் இருந்த நாட்களில் காந்திய நெறிமுறைகளுடன் இயங்கிய அந்தப் பள்ளி விடுதியில் இவளைப் பார்க்க அடிக்கடி இந்த அம்மாவன் தாம் வருவார். குடைப்போன்று அமைக்கப் பெற்ற அந்தப் பார்வையாளர் கொட்டகையில், கதர்ச் சட்டையும் கையில்லா உட்கோட்டும் மூக்குக் கண்ணாடிக்குள் அன்பு தவழும் விழிகளுமாக நிற்பார். “எந்தா? குட்டிக்கு எந்து வேணும்?” என்று கேட்டவண்ணம் மடியிலிருந்து இரகசியமாக ஒரு பொட்டலத்தை எடுத்து அவள் கைகளில் வைப்பார்.

அதில் எண்ணி இருபது நேந்திரங்காய் வறுவல் வில்லைகள் இருக்கும். ஆசிரமம் போன்ற அந்த விடுதியில் வறுவல் பொரியல் போன்ற தீனிகள் செய்யமாட்டார்கள். ஜோசஃப் கோவைக்கு வரும்போது நூறுகிராம் வறுவலை வாங்கிக் கொரித்துக் கொண்டு, ஊர் முழுவதும் சுற்றுவார். அதில் அவளுக்கு இருபது துண்டுகள், தங்கமொகரக்கனைப் போல் பங்கு கொண்டு வருவார்.

அன்று போல் இன்றும் ஜோசஃப் அம்மாவன் நிற்கிறார். அந்த வெயிஸ்ட் கோட், கதர் ஜிப்பா, வேஷ்டி...

“அம்மாவன் நேந்திரங்கா வறுவல் கொண்டு வந்திருக்கிறாரோ?” என்று சிரித்துக் கொண்டே யமுனா இறங்குகிறாள், முகம் ரோஜா மலராக மாறி இருக்கிறது.

“ஆஹா... ஹ...! வறுவலோ வறுவல், ஆன வெல பின்னே, குடிக்கான் வெள்ள மில்ல, குஞ்ஞே!”

“நாம் ஒரு பிளாஸ்டிக் கூஜாவில் கொண்டு வந்திருக்கலாம். சொல்லக்கூடாதா யமுனா?” என்று துரை சிரிக்கிறான். பளீரென்று பற்கள் கவர்ச்சியாக இருக்கின்றன.

“சுமதி தாயி ஏன் பேசவில்லை?”

“பேச என்ன இருக்கிறது? காந்திஜி இருந்தால் இப்ப என்ன சொல்வார்னு நினைச்சேன்.”

“ஓ... அவர் தான் இல்லையே, வண்டி நிற்கிறது; வாருங்கள்...”

கருநீல வண்ணத்தில் முன்னும் பின்னுமாகப் படகு போல் நீண்ட சுகமாக வண்டி.

"இது யார் வண்டி?" என்று கேட்கிறாள் யமுனா.

"என்ன கேள்வி? இந்தக் கோடி கோடி அணைத் திட்டத்தில் பெரியவர்களான பலரில் ஒரு ஏழைக் குடிமகனுடைய வண்டி. ஏறிக்கொள்..."

அவர் சுமதி தாயியைப் பொருள் பொதிந்த பார்வையுடன் நோக்குகையில் ரங்கன் மாலைப் பெட்டியுடன் விடு விடென்று குன்றில் ஏறிச் செல்கிறான்.

"இந்தக் கதரும் பையும் காரும் பொருத்தமாக இல்லையே என்று பார்த்தேன்."

"காந்திஜியே பிர்லாவின் 'பாக்கார்டில்' பிரயாணம் செய்திருக்கிறார். ஆறுதல் கொள்..." என்று சுமதி கிண்டுகிறாள்.

கார் இழிந்து வளைந்து சாலைகளில் பூத்து மின்னும் விளக்கு வரிசைகளினூடே ஏறி இறங்கி அவர்களைக் கீதா மஹாலுக்குக் கொண்டு செல்கிறது.

ரங்கன் அதற்குமுன் காட்சி நடக்கும் அரங்குக்குச் சென்று விட்டான்.

அவனை அழைத்தாலும் ஏறியிருக்க மாட்டான். "அது வழியிலே நின்று போச்சின்னா? ரெண்டெட்டில் குறுக்கே ஏறினா கீதா மஹால்" என்பான். 'சூதுவாதற்ற, எளிய, நேரான, பொறுப்புள்ள... செயலில் நிறைவு காணும் குடிமகன். இவனை விட எந்த வகையில் நாமெல்லாரும் மேம்பட்டவர்கள்' என்று எண்ணிக் கொண்டே யமுனா அணியறைக்குள் நுழைகிறாள்.

அணியறைக்குள் மேற்பர்வை செய்யத் தேவையில்லாத கோலாகலம். அவர்கள் முன்பொரு முறை ஆதிவாசிகள் சம்மேளனம் நடந்தபொழுது உதகை நகர் வந்து கலை நிகழ்ச்சியில் கலந்து கொண்டிருக்கின்றனர். ஆனால் இந்த முழுநேர நிகழ்ச்சி புதியது. உற்சாகமும் கலகலப்பும் நிரம்புகிறது.

"என் பொட்டு சரியாக இருக்கா, அக்கா?"

"பின் போட்டு விடுங்கக்கா?"

குழந்தைகள் அவரவரே ஒருவருக்கொருவர் வேடம் பூண உதவி செய்து கொள்ளப் பழக்கி இருக்கின்றனர். தொட்டால் ஒட்டும் பொய்ச் சாயமினுக்கு கிடையாது. பால பூர்வமான பேச்சு நடிப்புத்தான் சிறப்பு.

பாரதத் தாயாக வேடமணிந்திருக்கும் பார்வதி இருளர் குலப்பெண். கரிய மினுமினுத்த முகத்தில் அவள் மட்டும் ரோஸ் பவுடரையும் ஜிகினா தூளையும் போட்டுக் கொண்டிருக்கிறாள். ஜிகினா மின்னும் முடி; சந்தன வண்ணத்தில் பச்சைக் கரையிட்ட சேலை; வெள்ளை சோளி, மூவண்ணக் கொடி கையில்.

"நல்லாயிருக்காக்கா!"

"பிரமாதம் போ!"

சிறுவன் மோகன், சரிகைத் தொப்பியும் கோட்டுமாக நிற்கிறான் முருகி, புத்லீபாய் வேடத்தில் பாபா காந்தி அவனுடைய அண்ணன் ரங்கன் - மீசை அற்புதம்!

"அக்கா, எல்லாரையும் ஒரு 'க்ரூப்' போட்டோ எடுக்கணும். ஏற்பாடு செய்யுங்கக்கா" என்று கூறும் பிரேமா ஆசிரியை. படகர் வகுப்பைச் சேர்ந்தவள்.

இப்போது அணியறையில் புதியதொரு சிரிப்பலை பரவுகிறது.

சத்தியத்தையும் கொல்லாமையும், இல்லறத்தையும் துறவறத்தையும் அரசியலையும் அன்பு நெறியையும் அன்றே தம் குறளில் பொதிந்து தந்த தெய்வப் புலவர் தோன்றுகிறார்.

"இன்ஜினியர் ஸாரே? அஸ்...லாயி!"

துரை தன் சடை முடியைச் சற்றே விலக்கிவிட்டுச் சிரிக்கிறான்.

"அப்படியா? இது... (சடைமுடியைக் காட்டி) ரொம்பப் பெரிசில்லை?"

"ஆமாம், அதற்கேற்ற உடலில்லை உங்களுக்கு!" என்று உரைக்கிறாள் யமுனா.

"தொப்பையில்லை..." என்று துரை மீண்டும் சிரிக்கிறான்.

"தப்பு. தெய்வப் புலவர் நீட்டலும் மழித்தலும் வேண்டாமென்று சொன்னவர். அவருக்குச் சடாமுடி, தாடி எல்லாம் இருக்குமா என்பது ஐயத்திற்குரியது. ஆனால் தொந்தி நிச்சயமாக இருக்காது. அருளும் அறிவும் ஒளிரும் அந்தப் புலவர் வற்றிச் சுருங்கிய மெய்யுடன் தான் தோற்றம் தருவார்..." என்று யமுனா நிறுத்துகிறாள்.

"அது சரி; இப்ப என்னை என்ன செய்யச் சொல்றீங்க? நான் இந்த வேஷம் போடவா, வேண்டாமா?"

"சே, விடக்கூடாது. எத்தனையோ ஆண்டுகளுக்கு முன்பே அன்பையும் அறத்தையும் கொல்லமை நெறியையும் அவர் அருளியிருப்பதைக் காட்ட வேண்டும். இந்த முடி, தாடி இரண்டையும் அளவைக் குறைத்தால் நல்லது; இல்லையா அம்மாவா?"

"சர்தார்ஜி மாதிரி இருக்கலாம். வள்ளுவர் வட நாட்டாரா என்ற பிரச்னையைக் கிளப்பலாமானால் செய்யட்டும்..."

அப்போது அணியறை வாயிலிலிருந்து வந்த ஒரு பெண் யமுனாவின் முழங்கையைப் பற்றுகிறாள்.

"உங்களைப் பெரிய வீட்டம்மா கூப்பிடுறாங்கக்கா ஹால்ல கூட்டம்; ரொம்பக் கூட்டம்..."

"யாரு, கமலம்மாவா? வந்திருக்காங்களா..."

"ஆமாம். சேர்லே உட்கார்ந்திருக்காங்க..."

அரங்கத்தில் கூட்டம் நெருக்கித் தள்ளுகிறது. ரங்கன் பெரிய முண்டாசும் கோட்டுமாகக் கம்பீரமாக மேடையில் நின்று "சைலன்ஸ்!" என்று கத்துகிறான். உடனே ஒரு குபீர்ச் சிரிப்பு கூரையை முட்டுகிறது. டிக்கெட்டில்லாத காட்சியாதலால் பெண்களும் குழந்தைகளும் நெருக்கி வழிகின்றனர். யமுனாவுக்கு எத்தனையோ முகங்கள் பரிச்சயமானவை; புன்னகைகள் அவளை விசாரிக்கின்றன. ஓரமாகச் சுவரோடு ஒட்டி

அமைந்த நாற்காலி வரிசை ஒன்றில் காஷ்மீரச் சால்வையும், நூலிழைகளாய் நரைத்த கூந்தலுமாகக் கமலம்மா கை காட்டுகிறாள்.

“நமஸ்தே, வாங்க, நீங்க மதறாஸ் போயிட்டீங்களோன்னு நினைச்சேன். ரொம்ப சந்தோஷம்...”

“அடுத்த வாரந்தான் போகிறேன். ராத்திரிக்கு இங்கே தானே தங்குவாய்?”

“ஆமாம். இவங்கல்லாம் ஸ்கூல் ஹாலில் தங்கிடுவாங்க; நானும் கூட...”

“வேண்டாம். நீ வாயேன்; அங்கே தங்கலாம்!”

“சரி...”

“அம்மா வரலே? ஏம்மா, அப்பாவைக் கூட மெள்ள வண்டியில் சாய்த்தாற் போல் வச்சுக் கூட்டி வரக் கூடாதா?”

“வரலாம். அவருக்கு வரவேணுமின்கிற ஆர்வமே இல்லாமப் போயிட்டுதே! அம்மாவை அவர் போகச் சொன்னார். ஆனால், அம்மா அப்படி வரமாட்டாளே?”

“எனக்கு ஊருக்குப் போகுமுன்ன அங்கே வரணும்னு. காரைப் பையன் எடுத்திட்டுப் போயிடறான்.”

கமலம்மா இதைக் கூறும் போது குரல் தழுதழுப்பது தெரியாமல் மறைத்துக் கொள்கிறாள். ஆனால் பயனளிக்கவில்லை.

“நீ வாம்மா; நாடகம் முடிஞ்சி நான் காத்திருப்பேன்!”

தொண்டையில் சொல் இடறி விழுவதைப் போலிருக்கிறது.

ஜோசஃப் கூட்டத்தை வரவேற்று, காந்தியடிகள் தம் வாழ்க்கையின் வாயிலாக விளக்கிய லட்சியங்களைப் பற்றிச் சொல்ல முயலுவதே இந்தக் கலை நிகழ்ச்சிகளின் நோக்கம் என்று எடுத்துரைக்கிறார். அன்பாலும், அருளாலும் சிறுமைகளை ஒழிக்கப் பாடுபடுவதே இந்த நூற்றாண்டு விழாவைக் கொண்டாடுவதன் பொருள். பாரத நாட்டின் பண்பாடாய் வந்த அஹிம்சையும் சத்திய நெறியும் நைந்து, வன்முறையிலும் ரத்தப் புரட்சியிலும் இளம் சமுதாயம் நம்பிக்கை வைக்கும் அபாயத்தை உணர்ந்து, அதைப் போக்கும் வழிகாண இந்த நூற்றாண்டைக் கொண்டாட வேண்டியதன் அவசியத்தை வற்புறுத்துகிறார்.

யமுனா அரங்கத்து மூலையில் அவரைப் பார்த்துக் கொண்டு சிந்தனை ஓட்டமே நிலைத்து விட்டாற் போல் நிற்கிறாள். உற்சாகக் கலகலப்பை எல்லாம் எங்கோ மலை முகட்டில் மிதந்து வரும் கரிய நிழல் அழித்து விடுவதைப் போல் ஒரு பிரமை.

பாரததேவி மேடையில் தோன்றுகிறாள். அவள் தம் புதல்வர் புதல்வியர் அவள் முன் சத்தியப் பிரதிக்ஞை எடுத்துக் கொள்கின்றனர். வள்ளுவர் தம் குறளில் காந்தியத்தைக் காட்டுகிறார். சின்னஞ்சிறு மோகனின் உள்ளம் அஹிம்சை நெறியிலும், அன்பு வழியிலும் அருட்கனி கொய்யப் பக்குவமடைவதை விளக்கும் காட்சிகள் மேடையில் உயிர்க்கின்றன.

“அடாடா? இத்தனையும் இருளர் மக்களா? நம்ப முடியலியே!”

"ஆசிரமம் இருக்கு இருக்குன்னு சொல்லுவாங்க. என்ன அழகாகத் தமிழ் பேசி, பாடி...!"

பாராட்டுரைகள் மலர்ச் சரங்களாய் உள்ளத்தை மகிழ்விக்க வருகின்றன. நன்றி கூறுவது அவள் பொறுப்புத்தான். ஆனால் துரையிடம் வந்து, "உங்களுக்கு நான் நன்றி சொல்கிறேன். எனக்காக நீங்க நன்றி சொல்லி விடுங்களேன்; கொஞ்சம்!"

"ஏன், பரவாயில்லை. நீங்க நல்லாப் பேசுவீங்க!"

"உங்ககிட்ட புகழுரை கேட்கவா வந்தேன்? எனக்காகப் பேசமாட்டீர்களாக்கும்?"

துரைதான் நன்றி கூறுகிறான். கிடைத்த சந்தர்ப்பத்தில் யமுனாவின் ஆற்றலைப் புகழ்ந்து வைக்கிறான்.

அவளுக்குத் தூக்கி வாரிப் போடுகிறது. "இதெல்லாமா சொன்னேன்?"

அவனுடைய கண்களும் பற்களும் போட்டி போட்டுக் கொண்டு ஒளிருகின்றன.

கூட்டம் கலையுமுன் யார் யாரோ யமுனாவைச் சூழ்ந்து கொள்கின்றனர்.

சுமதி தாயி வெண்பட்டுத் துகில் அரைத் தலை மூட இடது மூக்கில் ஒற்றை நட்சத்திரம் மின்ன, ஓர் அம்மையாருடன் வாழ்த்துகிறாள்.

"மாதாஜி ராம்ஜியின் மகள்..."

"பேடீ...!" என்று அந்த அம்மையார் அவளைத் தழுவிக் கொள்கிறாள். பழம் பெரும் சோஷலிசவாதியான ஸின்னாஜியின் மனைவியாம் மாதாஜி. அவளுடைய தந்தை அந்தப் பழைய நாட்களில் காந்தியடிகளுடன் சம்பாரன் சத்யாக்ரகத்தில் கலந்து கொள்ளச் சென்றபோது அவர்களுடைய இல்லத்தில் தான் தங்கினாராம். பாரத நாடு விடுதலையடைவதைப் பார்க்காமலே கண்களை மூடிவிட்டார் ஸின்னாஜி. ஒரு மகள், மகன், அம்மையார் எல்லாருமே அரசியலில் பங்கு பற்றியவர்கள். மருமகன் மாநில மந்திரி சபையில் இடம் பெற்றிருந்தான்.

எல்லாச் செய்திகளையும் மாதாஜியே மூச்சுவிடாத கீச்சுக் கிரலில் அப்பட்ட ஹிந்தியில் தெரிவிக்கிறாள். அவர்களுக்கெல்லாம் விடை கொடுத்துவிட்டு, சிறுவர் சிறுமியருக்கு உற்சாகமான பாராட்டுகளை வழங்கிவிட்டு அவள் திரும்பும் வரையிலும் கமலம்மா வண்டியில் அமர்ந்திருக்கிறார். ஜோசஃப் கதவடியில் நிற்கிறார்.

"மன்னிக்கணும். நீங்க ஏம்மா காத்திருக்கணும்? முன்ன போயிட்டா நான் வர மாட்டேனா..."

"நீங்களும் வரீங்களா அம்மாவா?"

"இல்ல நீ போயிட்டு வா யமு. காலையிலே வரேன்..."

வண்டி ஓட்டி, கதவை அறைந்து சாத்துகிறான்.

கமலம்மாவின் கை மென்மையாக அவள் தோளில் படிகிறது.

"வெகு அழகாகப் பண்ணிட்டேம்மா. எனக்குச் சொல்லவே தெரியலே. இத்தனை குழந்தைகள் மனசிலும் நீ சொல்ல வந்தது

பதிஞ்சிருக்கும்" குரல் தழுதழுக்கிறது. கமலாம்மா ஏன் இவ்வளவு நெகிழ்ந்து போகிறார்!

சுதீர் மேநாடு சென்று ஏதோ ஒரு தொழிற் பட்டத்தையோ நிர்வாகப் பயிற்சியையோ பெற்று வந்து, தந்தை ஆலமரமாகப் பெருக்கிய வர்த்தக நிறுவனங்களை ஒரு குடைக்கீழ் ஆண்டு கொண்டிருந்தால் கமலம்மா இப்படி அற்பத்துக்கு நெகிழ்ந்து போவாரோ? இந்தச் சேலையின் மீது நலிந்த கையைப் போட்டு அன்பை இழைய விடுவாரோ?

வாழ்க்கையின் வண்மையில், எதிர்காலத்தில் நம்பிக்கை இல்லாதவர் தாம் வன்முறைப் புரட்சியில் நம்பிக்கை வைப்பார்கள். சுதீருக்குக் கண் விழிக்கும் போதே வாழ்க்கை ஒளிமயமான வண்ணக்குடை பிடித்திருக்கிறது. ஏன் இப்படி? ஏன்... ஏன்?

வண்டி சாரிங் கிராஸ் வளைவுப் பாதையில் ஏறி மேலே செல்கிறது. வாயில் பச்சைக் கம்பளப் பரப்பா, ரோஜாப் பூக்களா ஒன்றும் தெரியவில்லை. வண்டி ஓட்டி, வண்டியை நிறுத்திக் கொண்டு தான் இறங்கிக் கதவைத் திறக்கு முன் யமுனா முந்திக் கொள்ள முயன்றும் பயனில்லை. வீட்டு முன் அறை விளக்கைச் சமையற்காரர் போடுகிறார். கண்ணாடிக் கதவு திறந்து கொள்கிறது.

மெத்தென்ற கம்பள விரிப்பும், பளபளக்கும் பட்டைக் கண்ணாடிக் குடுவையில் 'ஆஸ்டர்' பூக்களும், குளுமையான இளநீல ஒளியும்...

"உள்ளே வாம்மா யமு...? சுப்பையா, எனக்கும் பாலை சூடாக்கி விட்டு யமுனாவுக்குத் தட்டுவை!" என்று பணிக்கிறார் கமலம்மா.

சோடா பாட்டில் கண்ணாடிக்குள் தெரியும் கோலிகள் போன்ற விழிகளுடன் அவர்களைப் பார்த்து விட்டு வணக்கத்துடன் உள்ளே செல்கிறார் சுப்பையா.

அத்தியாயம் 3

யமுனாவுக்கு நல்ல பசி. இந்த மாளிகை அவளுக்குப் புதிதல்ல. குளிர்ந்த நீரை வாளியில் நிரப்பி வைத்திருக்கிறான் சுப்பையா. அவள் முகத்தைக் கழுவிக் கொண்டு உணவு மேசைக்கு முன் வந்தமருகிறாள்.

களைக் கோசைக் கீறி வேக வைத்து மிளகுப்பொடி தூவி வைத்திருக்கிறான். பூக்கோசும் காரட்டுமாக சாம்பார். சன்ன அரிசிச் சாதத்தை ஆவி பரக்கத் தட்டில் வடிக்கிறான்.

“இந்த வருஷம் மார்க்கெட்டில் களைக் கோசே இல்லை. நேத்து மரியன் கொஞ்சம் கொண்டு வந்தான். சுதீருக்குத்தான் ரொம்பப் பிடிக்கும்...”

’சுதீர்’ என்ற ஒலியைக் கேட்கையிலேயே யமுனாவின் உடலில் ஒரு சிலிர்ப்பு பரவுகிறது. கமலம்மாவின் விழிகள் அவளிடம் நிலைக்கின்றன.

“...அங்கே அவனை பார்க்கலேம்மா?”

“இல்லையேம்மா?”

“பின்ன... கார் அந்தப் பக்கம் தானே கொண்டு போனதாக டிரைவர் சொன்னான்? பாதி வழி போய் இவனை இறக்கி விட்டானாம்?”

“வந்தாரோ என்னமோ? அங்கே... எதற்கு வருகிறார்?”

“ஏம்மா, நீ இப்பல்லாம் அவனோடு பேசறதில்லையா?”

கமலம்மாவின் உதடுகள் உணர்ச்சியை அடக்க முடியாமல் துடிப்பது நன்றாகத் தெரிகிறது.

“சுப்பய்யா? அப்பளம் பொரிக்கலியா?”

“வேண்டாம்மா, இதுவே அதிகம்...” என்று குறுக்கிடுகிறாள் யமுனா.

“சரி, வடுமாங்காய் கொண்டு போடு சுப்பய்யா!”

பவானி ஆற்றின் கரையில் காட்டுமா என்றோர் இனம் உண்டு. குத்தகைகாரர்கள் சலகை சலகையாக இறக்கிக் காரமடைச் சந்தையில் கொண்டு போய் விற்பார்கள். அது காய்க்கோ பழத்துக்கோ உதவாது. ஆனால் வடுவாக இறக்கி உப்பிலிட்டால் அமுதமாக இனிக்கும்.

குருடன் கிடைத்த நூலைப் பற்றிக் கொண்டு நடப்பது போல் மனசை எதை எதையோ நினைத்து ஓட விட்டாலும், சரடு அறுந்து போகிறது.

சுதீர்...சை. அவள் எதற்காக இங்கு வந்தாள்? அங்கு குழந்தைகளுடன் பள்ளிக் கொட்டகையில் முரட்டுக் கம்பளத்தைப் போர்த்துக் கொண்டு முடங்கியிருக்கலாம். தன் வெற்றிக் கனவுகளில் திளைக்கப் பேசிக் கொண்டு உறங்கியிருக்கலாம். இங்கே தோல்வியை நினைக்க வருவாளோ?

கமலம்மாவின் அறையில் இன்னொரு கட்டில்; மெத்தென்ற கம்பளம் நான்காக மடித்துச் செருகப்பட்டிருக்கும் படுக்கை. தலையணை உறையில் பூநூல் வேலைப்பாடு கண்களைக் கவருகிறது. கமலம்மா வெகு நேர்த்தியாகப் பூநூல் வேலை செய்வார். இரண்டு கிளிகள் மேலும் கீழுமாகச் சிவந்த மூக்குகளில் ’பீஸ்’ என்ற ஆங்கில எழுத்துக்களை - அமைதி என்ற பொருளுடைய சொல்லை - கவ்விப் பிடித்துக் கொண்டிருக்கின்றன.

“இது எப்போது போட்டீர்களம்மா? இந்த டிசைன் வெகு அழகு!”

"நூல் கோத்து ஊசி குத்தினால் கண்ணில் தண்ணி கொட்டுது. ஆனாலும் இப்பல்லாம் ராத்திரி கண்ணைக் கொட்டினால் தூக்கமே வரதில்லே. இப்படி முழங்கையை ஊனிண்டு உக்காந்திருக்கமேன்னு ஒண்ணு தொடங்கினேன். அஞ்சு மாசம் ஆச்சு அது போட. மனசு தான் சாந்தி கொள்ளலே..."

பீஸ்... பீஸ்... சாந்தி... சாந்தி!

பிரார்த்தனையின் முடிவில் தந்தை சாந்தி சொல்வது அவளுடைய செவிகளில் ஒலிக்கிறது.

ஓம் சாந்தி : ஆப சாந்தி : அந்தரிக்ஷம் சாந்தி :

வனஸ்பதய சாந்தி : சாந்தி : சாந்தி...

அலைகள் அடங்கி, அடங்கி, அடங்கி, அடங்கி...

அந்த சாந்தி, அமைதியை, இந்த இரு கிளிகள் மூக்கில் வைத்துக் கொண்டிருக்கும் காட்சியினால் கொண்டு வர முடியவில்லை. இரண்டு கிளிகள் ஜோடி - ஆணும் பெண்ணும் தானா?

"கமலம்மா! அமைதிக்குப் புறாவை அல்லவோ பறக்க விடுகிறார்கள்? நீங்கள் கிளியைப் போட்டீர்களே?"

"புறாவுக்குப் பளிச்சென்று பச்சை வண்ண உடம்பும் சிவப்பு மூக்கும் கொடுக்க முடியுமாம்மா? பூ நூல் வேலைக்குப் பூக்களும் கிளிகளும் தான் அழகாக எடுப்பாக இருக்கும். வானமும் கடலும் நாரைகளும் ஓவியம் தீட்ட நன்றாக இருக்காமலா இருக்கும்" என்று மொழிகிறார் கமலம்மா.

அமைதியையும் விடுதலையையும் ஆனந்தத்தையும் புறாக்களைப் பறக்க விடுவதன் மூலம், ஒரு அடையாளம் போல் (ஷிஹ்னீதீஷீறீவீநீ) மெய்ப்பிக்கின்றனர். கூட்டில் அடைத்த கிளியைப் பறக்க விடக் கூடாதா?

"ஏன் கூட்டில் அடைத்த கிளியைப் பறக்க விடுவதில்லை கமலம்மா?" கமலம்மா நெற்றிச் சுருக்கங்கள் ஆழமாகக்கீற்றிட யோசனை செய்கிறார். அவர் உண்மையில் யோசனை செய்கிறாரா? இல்லை அவளையே பார்க்கிறாரா?

"ஏன் கமலம்மா?"

"எனக்குத் தெரியலியேம்மா?"

"ஒருகால் சுதந்தரத்தின் ஆனந்தத்தையும் முழுப் பயனையும் கிளியினால் உயரப் பறந்து எடுத்துக் காட்ட முடியாதென்றிருக்குமோ? மனிதன் சொல்லிக் கொடுத்ததைச் சொல்லிக் கொண்டு கூரிய மதியின்றி, கூண்டுக்குள் இருக்கத் தகுதி தான் என்று மழுங்கிக் கிடப்பதாலிருக்குமோ?"

"என்னமோ? அதனால் தான் பெண்களைக் கிளிகளுக்கு ஒப்பாக்குகிறார்கள்; கிளிக்குச் சுதந்தரம் கொடுப்பதையும் பலர் விரும்பவில்லை..." என்று தனக்கே உரிய வகையில் பொருள் காண்கிறார் கமலம்மா.

"எப்படியானாலும் இந்த மாதிரி நன்றாக இருக்கிறது கமலம்மா. சுதந்தரம் வேண்டும்! கிளிகளுக்குச் சுதந்தரம் வேண்டும்! ஆனாலும் அந்தச் சுதந்தரம் ஒரு வரையறைக்குள் செயல்பட வேண்டும்!"

யமுனாவின் குரலில் உற்சாகம் பொங்குகிறது. கமலம்மா உளம் நெகிழ்கிறார்.

"இந்த நாலு கோட்டு வரையறை இருக்கிறதே, கமலம்மா! இதற்கும் பொருள் இருக்கிறது, உங்களுக்கு நினைப்பிருக்கா கமலம்மா! சபர்மதி ஆசிரமத்தில் இருந்த போது, காந்திஜி, அப்பா எல்லோரும் தினமும் மாலையில் நடக்கப் போவார்களாம். சிறைச்சாலை மதில்சுவர் வரையிலும் போய்த் திரும்புவார்களாம். அப்பாவிடம் அந்த மதிலைக் காட்டி பாபுஜி, "சிறையில் இருக்கும் போது தாம் விடுதலையை இழந்து விட்டதாக நினைக்கிறோம். ஆசிரமத்தில் விடுதலையுடன் இருக்கிறோம். இந்த மதில் புறத்தே தெரியும் சுவர் அதை நினைவு படுத்திக் கொண்டே இருக்கிறது. ஆசிரமத்தில் இதைப் போல் புறச் சுவர்களில்லை. ஆனால் அகத்தே சத்தியம், எளிமை, தியாகம், அஹிம்சை ஆகிய நற்பண்புகளைச் சுவராக எழுப்பிக் கொண்டாலே நாம் விடுதலையின் முழு இன்பத்தையும் பயனையும் பெற முடியும்" என்பாராம். விடுதலை, தீய சக்திகளுக்கும் எழுச்சி கொடுத்து விடக்கூடும் என்பதை அவர் வலியுறுத்தி இருக்கிறார். விடுதலை என்பது வெறும் அரசியல் விடுதலை மற்றுமில்லை என்று கூறி இருக்கிறார். தனி மனிதனின் ஒழுக்க உயர்வினாலேயே ஜனநாயக அரசு வெற்றிகரமாகச் செயல்பட முடியும். இதை விடுதலை பெற்ற நாட்டின் அரசியல் தலைவர்கள் பிடியாகப் பற்றி இருந்தால் இன்று இப்படி ஒரு சீர்கேடு வந்திருக்குமோ?"

கமலம்மா பேசவில்லை.

"ஏன் கமலம்மா? நீங்கள் ஏதோ என்னிடம் பேச வேண்டுமென்று சொல்லி இங்கே கூட்டி வந்தீர்கள். நானே பேசிக் கொண்டிருக்கிறேனே?..."

அவர் கூரையைப் பார்க்கிறார்.

கண்களில் மளமள வென்று நீர் பெருகுகிறது.

"சே...சே... என்னம்மா இது...?

"ஒண்ணுமில்லே குழந்தை... நான் என்னவெல்லாம் நினைச்சிருந்தேன்! இந்த வீட்டில் நீங்கள் குடும்பம் பண்ண வரும் போது இதை எப்படியெல்லாம் அலங்கரிக்க வேணும்னு பைத்தியக்காரி போல் நாள் பூர கற்பனை செய்வேன். இப்ப... சாந்திங்கிற நினைப்பே வேம்பாப் போயிட்டது..."

"நினைக்கிறதெல்லாம் நடந்துவிட்டால் வாழ்க்கையில் என்னம்மா இருக்கிறது? சுகத்துக்கும் துக்கத்துக்கும் இடைப்பட்ட ஒரு போராட்டந்தான் வாழ்க்கை. இரண்டையும் அமைதியாகக் கடப்பதில்தான் வாழ்க்கையின் வெற்றி அடங்கி இருக்கிறதென்று அப்பா சொல்வார்." கமலம்மாவுக்குத் தன் முன் இருபத்து மூன்று வயசுக்குரிய அரிவையொருத்தி உட்கார்ந்திருப்பதாகத் தோன்றவில்லை. அநுபவம் வாய்ந்ததொரு மூதாட்டி இதம் கனிய அமர்ந்திருப்பது போல் தோன்றுகிறது.

"யமுனாம்மா, இவனைக் குடும்பத்திலிருந்தே ஒதுக்கினாற் போல் செய்துவிட்டார்கள். சொத்து, சுகம், பந்தம் எல்லாமே

பிரிஞ்சாப்போல்தான். எஸ்டேட்டுக்கா போகிறான்? எஸ்டேட்டுக்கும் இவனுக்கும் சம்பந்தமில்லையென்றே ஒதுக்கி விட்டார்கள். வைக்கோற்பிரியில் பொறியை வச்சுக் கட்டுவார்களா? அவர்களைச் சொல்லியும் குற்றம் இல்லை. ஒரு வருஷமா ஒண்ணு மாத்தி ஒண்ணில் லாக்கவுட்டு, அடிதடி, சண்டை, கொலை. தான் பிறந்த குடிக்கே துரோகம் பண்ணினா எப்படி? அவனப்பா இதை எல்லாம் பார்க்காமப் போயிட்டார்…"

உள்ளூற மொட்டுவிடும் துயரத்தைத் திருகி எறிந்து கொண்டு யமுனா அசைவற்றிருக்கிறாள்.

"லண்டனுக்கும் அமெரிக்காவுக்கும் எத்தனை பையன்கள் போகவில்லை? இவன் மட்டும் படிக்கப் போனவன், என்னென்ன பேச்சுகளெல்லாமோ இறக்குமதி செய்து கொண்டு வந்தது என் கொடுமை…"

"அதெல்லாம் சும்மா, கொள்கையைப் பிடித்துக் கொள்ள இங்கே வழி இல்லையா கமலம்மா? வசதி இல்லாத குடும்பங்களில் வாழ்க்கை ஏமாற்றமாகப் போகும் போது இப்படி வன்முறைப் புரட்சிக் கொள்கைகளில் இறங்குவது நடக்கக் கூடியதென்றெண்ணினேன். இப்ப, அளவு மீறி வசதி வாய்ப்புக்கள் இருக்கும் போது, எந்த வகையிலேனும் விறுவிறுப்புத் தேட, இப்படியும் ஒரு கொள்கை வலையில் விழமுடியும்னு புரிகிறது. அப்படித்தான் நினைக்கத் தோன்றுகிறது…"

"என்னென்னமோ சொல்றாம்மா. இம்மாதிரி விறுவிறுப்பா புத்தி தீட்சண்யமாக இருக்கும் இளசுகளை, கட்சி வலைக்குள் கொள்கைகளைக் காட்டி இழுக்க பெரிய தலைகளெல்லாம் அன்றாடம் டீயில் ஒரு துளி கஞ்சாவையோ அபினையோ கூடக் கலந்து கொடுப்பாளாமே? தச்சு ராஜீவெல்லாம் சொல்றதுக. எனக்கென்ன புரிகிறது? கைநழுவிப் போவதுதான் தெரிகிறது…"

கமலம்மாவின் துயரம் நெஞ்சைத் திறந்து கொண்டு வருகிறது. யமுனாவுக்கு ஊமைக் காய்ச்சல் குபீரென்று வெளிக்கிளம்பி விட்டாற் போலிருக்கிறது.

"கமலம்மா, நீங்கள் ஒன்றுமட்டும் திடமாக நம்புங்கள், இவர்கள் கொள்கைப்படி நம் நாட்டில் புரட்சி வந்து சமமாக முடியவே முடியாது. இந்த வழியே தப்பு வழி. தப்பு வழியில் இறங்கியவர்கள் எப்படியும் ஒருநாள் நேர் வழிக்குத் திரும்பித்தானாக வேண்டும். நீங்கள் நிச்சயமாக நம்புங்கள்."

யமுனாவின் கண்கள் ஒளிருவதையே விடாய் தீர்த்துக் கொள்ளும் வறியனைப் போல் பார்த்துக் கொண்டிருக்கிறாள். அந்த முதியவள் விளக்கை அணைத்து நீல பல்பைப் போட்டுவிட்டு யமுனா படுக்கிறாள். கமலம்மாவும் கம்பளியை இழுத்து விட்டுக் கொண்டு தலையைச் சாய்க்கிறார்.

யமுனாவுக்குப் படுக்கை பொருந்தவில்லை. ஜன்னல் கதவுகளைச் சாத்தி இருப்பதால் போலும், மேலும் கம்பளியைப் போட்டுக் கொண்டதும் உடலின் குளிர்ச்சிக்கு அது இதமாக இல்லை.

செவிமடல்கள், கண்களில் இலேசான வெம்மை. கம்பளியைத் தள்ளினாலோ உடலின் மேல் குளிர் ஓடுகிறது. ஆனால் உட்சூட்டை அந்தப் புறக்குளிர்ச்சி குறைத்து சமமாக்கவில்லை.

கண்களை மூடினாலும் உறக்கம் கொள்ளவில்லை.

"ராம்...ராம்...ராம்...ராம்...ராம்..."

உதடுகளை மட்டும் அசையச் சொல்லிவிட்டு நெஞ்சம் எங்கோ செல்கிறது.

"அவன் என்ன கொண்டு போகிறான்?"

"அரிசியும் கொஞ்சம் கிழங்குமாவும்."

"எங்கு கொண்டு போகிறான்? எதற்குக் கொண்டு போகிறான்? அவன் யார்?"

கேள்விகள் நாவரையிலும் வந்து தங்கி விடுகின்றன. அம்மா நிற்காமலே அப்பாவின் குடில் பக்கம் போகிறாள்.

"அம்மா!... அம்மா!..."

"சுதீர் அந்தப் பக்கம் எதற்கு நடமாடுகிறானாம்?"

முள்ளியாற்றின் அக்கரை அண்டை மாநிலம். ரங்கனின் அப்பன் அங்கே போய்க் குடித்துவிட்டு மதுவிலக்குச் சட்ட ஒழுங்கைக் காப்பாற்றுவான்.

கூப்பிடு தொலைவில் மின் நிலையம் எழும்பிக் கொண்டு இருக்கையில் இங்கு கிடைக்கும் பங்கீட்டு அரிசியை அரை வயிற்றைக் கால் வயிறாக்கி மீத்து, ஆற்றைத் தாண்டி அப்பால் இரட்டிப்புப் பட்டினி விலைக்கு விற்று வயிறு நிரம்பக் குடித்தவர்களை அவள் அறிந்திருக்கிறாள்.

'அம்மா இரட்டிப்புப் பட்டினி விலைக்கு விற்கிறாளா? அல்லது அந்தப் பாவப்பட்ட ஏழைகளுக்குப் பசித்தீ இருக்குமிடத்தில் புரட்சித் தீயை ஒரு பக்கம் துரோகிகள் மூட்ட உதவி செய்கிறாளா? இரண்டு நாட்களாக அம்மாவின் நடப்பில் கரவு காண்பதால் பேச்சில் சரளமில்லை. நூற்றாண்டு விழா நிகழ்ச்சிக்குக் கூப்பிடவில்லை. யாரிடம் சொல்வது? அம்மாவிடம் சொல்லலாமா? அவளை வயிற்றில் வைத்து வளர்த்த நாள் முதல் அன்பு நெறியே சத்தென்று ஊட்டி இருக்கும் அம்மாவிடமேயா ஐயப்பாடு?'

'ஒருகால் அம்மாவும் இப்போது இந்தப் புரட்சிகளில் நம்பிக்கை கொண்டிருப்பாளோ?'

கண்களை மூடிமூடிப் புரண்டாலும் உறுத்தல் மாய்ந்து குளிர்ந்த உறக்கம் அவளைத் தழுவவில்லை. கண்ணாடிக் கதவுகளைச் சாத்திக் கொண்டு தான் படுத்திருக்கிறார்கள்; அதனால் வெளியே புயலடித்தால் கூட உள்ளே அது அமைதியைக் குலைக்காது. ஆனால் உள்ளத்து அமைதியின்மையை வெளியே பிரதிபலிப்பது போல், செவிகளில் ஏதேதோ மெதுவாக விழுகின்றன.

காற்றில் சருகுகள் பறக்கின்றன.

எழுந்து கதவை நீக்கிப் பார்த்தால் கமலம்மா விழித்து கொள்வார். உண்மையில் அவரும் உறங்குகிறாரோ?

அவள் மெல்ல ஓசைப்படாமல் முன்னறைக்கு வருகிறாள்.

சன்னல் கதவை நீக்கிப் பார்க்கிறாள். தொலைவில் எங்கோ வளைவுச் சாலையில் தெரு விளக்கொன்று தெரிகிறது. குளிர்ந்த காற்று வீசுகிறது. இரவின் தன்மை கன்னங்களைத் தழுவும் போது இதமாக இருக்கிறது. மலை முகடுகளில் மேகங்கள் குவிகின்றன போலும்.

மக்கள் வேண்டித் தவமிருக்கும் மழை.

காற்று வலுத்து மரங்களைப் பேயாட்டமாடச் செய்யும் சடார் படாரென்று கண்ணாடிக் கதவுகளில் மோதி எறியும் மழைச் சாரலை எதிர்நோக்கிக் கொண்டு அவள் சன்னலுக்கு வெளியே கையை நீட்டிக் கொண்டு நிற்கிறாள்.

அவர்களுடைய ஆசிரமம் இருக்கும் தாழ்வரைப் பகுதிகளில் அந்த மாவட்டத்திலேயே மிகக் குறைவான அளவு மழைதான் பெய்யும். அந்தக் கானங்கள் கூடலூர்ப் பகுதிக் கானகங்களைப் போல் வளமானவை அல்ல. என்றாலும் அந்த மழைக்கே குடிலின் ஓரங்களில் கழுதைகளோ, நாய்களோ, வந்து ஒண்டி நிற்கும். சில சமயங்களில் மான் கூட வருவதுண்டு. ஒரு தடவை செந்நாயொன்று வந்ததாக ரங்கன் சொன்னான். “பேசாமலிரு, அது வந்த வழியே போய்விடும்” என்றாராம் அப்பா. இப்போது சுற்று வட்டம் காட்டையே அழித்து நாடாக்கி விட்டார்கள். மான்கள் கூட வருவதில்லை. ஒருவருக்கொருவர் நம்பிக்கை மாறி அச்சம் தலைதூக்கி நிற்கிறது.

அவள் பார்த்துக் கொண்டே இருக்கையில் வீட்டின் கீழே சாலையின் வளைவில் ஏதோ லாரி வரும் ஓசை. வெளிச்சம் பாய் விரித்தாற் போல் சாலையில் படிகிறது. பிறகு அணைகிறது. சாலை மேலேறிச் சுற்றினாற் போல் வீட்டுக்கு வரும் பாதை... அந்தப் பாதையிலேயே கண்களைப் பதித்துக் கொண்டு அவள் நிற்கிறாள். நெஞ்சத் துடிப்புகள் செவிகளையே நிறைக்க வலுக்கின்றன. அவன் வளைவுப் பாதையில் ஏறி வரவில்லை. குறுக்கே ஏறி நேராக வாயிலில் நிழல் தட்ட வருகிறான்.

அதற்கு முன் கொக்கியைத் திறந்து கிளிக்கென்ற ஓசையுடன் பூட்டைத் திறக்கிறாள் யமுனா.

அவள் அவன் உள்ளே வரும்போது விளக்கைப் போடாமல் ஓரத்தில் விலகி நிற்கிறாள்.

அவன் உள்ளே நுழைந்து கிளிக்கென்று கதவைச் சாத்துகிறான். பிறகு விளக்கைப் போட்டுவிட்டு நேராக அவளைப் பார்க்கிறான். மேலே பளபளக்கும் மெழுகுச் சீலை போன்ற துகிலில் ஜிப்போட்ட ஜாக்கெட்; நெடிது வளர்ந்த தோற்றம். கமலம்மாவின் கம்பீரமான முகத்தின் வார்ப்பு. முடி வாராமல் கலைந்து கிடக்கிறது. முகத்தில் ஒழுங்கு இல்லாத ஐந்தாறு நாளையக் கருமை.

“ஓ...ஹ்!” என்று ஒலியெழும்புகிறது. புன்னகை விரிகிறது.

“எனக்காகக் காத்திருக்கிறாயா யமு.”

மெல்லிய குரலோடு அவள் அருகில் நெருங்குகிறான்.

அவள் ஒதுங்கிக் கொள்கிறாள்.

“ரொம்பக் கோபம் போலிருக்கு!”

நாற்காலியில் உட்கார்ந்து காலணிகளைக் கழற்றி எறிகிறான். அவற்றைப் பார்த்தால் நெடுந்தொலைவு நடந்து வந்திருக்கிறானென்று தோன்றுகிறது.

குளியலறைக்குள் அவன் சென்று கதவடைத்துக் கொள்கையில் அவளுள் ஓர் போராட்டம் நிகழ்கிறது.

கமலம்மா எழுந்து வருவாரா? அல்லது எழுப்பலாமா?

சுப்பையா உள்ளே போர்த்து மூடிக் கொண்டு உறங்குவானாக இருக்கும். அவனை எழுப்புமுன் கமலம்மா எழுந்து விடுவார்.

இது நல்ல சந்தர்ப்பம்.

மனம் விட்டுப் பேசலாமல்லவா?

ஆனால் அவனைப் பார்க்கும் போது தன்னுடைய ஆற்றல்களெல்லாம் ஒளிந்து கொள்ள, தேர்ந்தெடுத்த சொற்களெல்லாம் மறந்து போய்விடுமோ?

கெய்ஸரில் சுடுநீர் இருக்கும், அல்லது குளிர்ந்த நீரில் தான் இப்படித் தலையைத் துவட்டிக் கொண்டு வேற்றுடை மாற்றி வருகிறானோ? அவனாகவே சாப்பாட்டு அறைக்குள் சென்று விளக்கைப் போடுகிறான். கமலம்மா எழுந்து வரவில்லை.

இது வழக்கமோ?

ஆனால்... வழக்கமாக அவனுக்கு யார் கதவு திறப்பார்களோ?

"நீ சாப்பிட்டாச்சா யமு?"

பரிவு மேலிடும் விசாரணை.

"ஹூம், அம்மாவை எழுப்பட்டுமா?"

"வேண்டாம். நான் நேரம் கெட்ட நேரத்தில் வந்தால் கதவைக் கூட இடிக்க மாட்டேன்..."

அவளை நோக்கி, கண்கள் சிறுக்க ஓர் சிரிப்பு.

"பின்னே?"

"அதற்கெல்லாம் வழி இருக்கிறது."

"ஏன் இந்தத் திருட்டுத்தனம்? ஏன் நேர்வழியை விட்டுவிட்டு இப்படி நடமாட வேண்டும்?"

அவனே தட்டுக்களை வைத்துக் கொண்டு ஆறிப்போன ரொட்டியையும் களைக்கோசையும் எடுத்துப் போட்டுக் கொள்கிறான்.

"இதுதானா? நான் சூடாக்கிக் கொண்டு வரட்டுமா?"

"வேண்டாம்; வேண்டாம். உட்கார் யமு. உன்னைப் பார்த்துப் பேசி எத்தனை நாட்களாச்சு! நான் இப்பத்தான் கீதாமஹால் போஸ்டர் பார்த்து உன்னை நினைச்சிட்டு வந்தேன்..."

"நானும் உங்களைப் பார்த்துப் பேசணும்னு உக்காந்திருக்கிறேன், அது தெரியுமா?"

ஆறிப்போன ரொட்டி; அதுவும் சுப்பையாவுக்கு ரொட்டி செய்யத் தெரியாது போலும்! தோல் போல் இழுக்கிறது. தாடைகள் அசைய அசைய அதைக் கடித்து அவன் மெல்லுகிறான்.

"என்ன யமு, பார்க்கிறே?"

"ஒண்ணுமில்லே..."

‘‘என்னமோ பேசணும்னியே? நான் சாப்பிடறப்ப நீ பேசு; நான் கேட்கிறேன்.’’

‘‘என்ன பேசறதுன்னு புரியவில்லை. பேச எனக்கு வாயில்லாம அடிச்சப்புறம் பேச்சு எழும்புமா?’’

மேசையில் அவளுடைய விரல் கோலமிடுகிறது. அவனை நிமிர்ந்து பார்க்க முடியவில்லை.

‘‘யமு, உன்னைப் பார்க்கும் போது எனக்குச் சிரிப்புத் தான் வருகிறது...’’

‘‘ரொம்ப நன்றி.’’

அவன் தட்டில் கைகழுவிட்டுத் தண்ணீரை மடக்மடக்கென்று குடிக்கிறான். பிறகு கைகளைத் துடைத்துக் கொண்டு எழுந்திருக்கிறான்; ஒரு சிகரெட்டைக் கொளுத்திக் கொண்டு அவளருகில் நாற்காலியை இழுத்துக் கொண்டமருகிறான்.

‘‘யமு நீ பேசலியா?’’

‘‘உங்களிடம் என்ன பேசுவது? என் அம்மா, ’குட்டி சினந்து வீட்டைக் கொளுத்துவதாகப் பயமுறுத்தினால் சிரிக்கத்தானே தோன்றும்’ என்றாள். என்னால் அப்படி நினைக்க முடியவில்லை. நான் எப்படிப் பொருட்படுத்தாமலிருப்பேன்? இரத்த வெறிக்கு ஒன்றுமறியாத மக்களைத் தூண்டி விடுவதால் உங்களுடைய சித்தாந்தம் நிறைவேறி விடுமா? உலகம் தோன்றிய நாளிலிருந்து எவரும் வன்முறையில் சாந்தியும் இன்பமும் காணலாம் என்று கூறியிருக்கவில்லை. அது அன்பு நெறியினாலும் கொல்லாமையினாலும் தான் வளர முடியும். இரத்தப் புரட்சி செய்து சமத்துவம் கண்டிருக்கும் நாடுகளில் அச்சமில்லாத - ஐயமில்லாத - அவநம்பிக்கையில்லா அமைதி இருக்கிறதா என்று நீங்கள் நெஞ்சைத் தொட்டுப் பார்த்துக் கொண்டு சொல்லுங்கள். புரட்சி செய்ய வேண்டும்; நான் ஒப்புகிறேன். ஆனால் இப்படி வேண்டாம். ஊரூராய்ப் படை திரண்டு போய் மக்களின் மனங்களின் அன்பு நெறியை வளர்க்கப் பாடுபடுவோம். அந்தப் படையின் முன்னணியில் நிற்க நான் வருகிறேன். இது... இது... வேண்டாம்’’

அவன் கருமை படர்ந்த மோவாயைக் கையால் தேய்த்துக் கொண்டு சிரிக்கிறான்.

‘‘இந்த நாட்டின் பேதைமை எல்லாம் ஒன்று சேர்ந்த உருவம் ஒன்று எப்படியிருக்குமோ, அப்படி இருக்கிறது உன்னைப் பார்த்தால்! இவ்வளவு படிப்புப் படித்து கண் முன் நடக்கும் இத்தனை அநீதிகளையும் பார்த்து, ஏமாற்று மோசடிகளுக்குக் காந்தி என்ற கவசத்தைப் போட்டுக் கொள்ளும் சந்தர்ப்பவாதிகளைத் தெரிந்து கொண்டு, யமு... எனக்கு ஒரு பெரிய ஏமாற்றமாக நீ காட்சி கொடுக்கிறாய்...’’

‘‘நீங்கள் அந்த முதலை வாயில் விழுந்து விட்டீர்கள். தப்பி வர முடியாமல் சுற்றிச் சுற்றி வருகிறீர்கள் என்று நான் நம்புகிறேன். என்னைப் பேதை என்று சொல்லும் உங்களை, நான் அறிவாளி, மிகுந்த செயல் திறமையும், வாக்குவன்மையும் உடைய தலைவர் என்று நினைத்துத் தான் பார்க்கிறேன். இந்த வழியைச் சரி என்று நம்ப முடியவில்லை. கையில்

இரத்தக் கறையைத் தோய்த்துக் கொண்டு எளியரை அச்சுறுத்துவது, தொண்டையைக் கிழிப்பதும், குடலை எடுப்பதும், நாகரிகமடைந்த மனிதன் ஒப்பும் செயல்களா?”

அவன் விழிகள் பெரியதாக உறுத்துப் பார்க்கின்றன. அவளுக்குப் புல் நுனிகளாய்க் கைகள் நடுங்குகின்றன. ஆனாலும் சமாளித்துக் கொள்கிறாள். குபீரென்று பயங்காட்டிச் சிரிப்பது போல் சிரிக்கிறான்.

“பரவாயில்லை யமு... நீ பயங்கொளி இல்லை. உன்னைப் போன்றவர்கள் ஒரு முனையில் நின்றால் நூறு நூறாய்ப் படை திரண்டெழுவார்கள். இந்த நாட்டின் ஆற்றலனைத்தும் இப்படி அஹிம்சை என்ற ஆஷாடபூதித் தனத்திலும், அன்பு என்ற போலிப் புரட்டிலும் சிறை இருக்கிறது. தளைகளை உடைத்தெறியுங்கள்! புரட்சிக்கு வழிகோலுங்கள்! யமுனா, ஆற்றுத் தண்ணீர் போகட்டும் போகட்டும் என்று விட்டுக் கொண்டே இருந்தால், அதுவாக இந்தா என்று நிலங்களுக்குப் பாயாது; மின்சாரத்தைக் கொடுக்காது; வெள்ளமாய் ஊரை அழிக்கும். இல்லையேல் கடலில் போய்ப் பாழாகும். அதைத் தடுத்துக் குப்புற விழச்செய்துதான் பலன் பெற வேண்டும். ஒரு சிலரே திரும்பத் திரும்ப நாட்டின் செல்வங்களை அநுபவிக்கும் இந்த முறை ஒழிய வேண்டும். அது ஒழியாது; ஒழிக்க வேண்டும். யமுனா நாற்பத்தேழில் கிடைத்த சுதந்திரம் கொழுத்த முதலாளிகளுக்குத்தான் என்று தெரிந்து கொள். ஐந்தாண்டுத் திட்டங்கள் இந்த நாட்டின் ஒரு சில முதலாளிகளையே கொழுக்க வைத்திருக்கிறதென்றுணர்ந்து கொள்! உன்னுடைய காந்தியின் அஹிம்சை, கோழைகளின் சாக்கு. அதை விட்டெறிந்து விட்டு உண்மையான புரட்சிக்கு எங்களுடன் வா. உனக்குப் பயங்கள் துச்சம் என்பது எனக்குத் தெரியும்...” சம்பங்கிப் பூவிலிருந்து பொன் பொறிகள் சிதறினாற் போல் இருக்கிறது.

“உன்னைப் போன்ற இளம் தலைமுறையின் கைகளில் தான் இந்த நாட்டுக்கு விமோசனம் வரப்போகிறது. கைராட்டையிலும் பண நாயகத்திலும் விமோசனம் வர முடியாது; புரட்சியானாலேயே வரும்...”

தான் கோழையாக நிற்பது போன்ற உணர்வை அவளுக்கு அந்த கணத்தில் அவன் தோற்றுவிக்கிறான்.

'செய் அல்லது செத்துமடி' என்று காந்தியடிகள் முழங்கிய போது இந்நாட்டு இளைஞர்களும் யுவதிகளும் எப்படி எழுந்தார்கள்? எப்படி ஆவேசமாக முன் வந்தார்கள்?

அதைத் தாயும் தந்தையும் ஜோசஃப் அம்மாவனும் சொல்லித்தான் அவள் அறிந்திருக்கிறாள். அப்போது பல்லாயிரக்கணக்கான இளைஞர்கள் புரட்சியில் இறங்கினார்கள். அது என்ன புரட்சி?

இப்போது... அதற்கும் இதற்கும் என்ன வித்தியாசம்?

அந்த சில விநாடிகளில் வியப்பும் மருட்சியும் கொண்ட விழிகள் அவன் மீது நிலைக்கின்றன. பின்வாங்கத் துணியாத சாவை மதியாத, கொள்கையையே தருமம் என்று இரத்தக் குழம்பில், நெருப்புக் குழிக்குள் அடி வைக்கும் துணிவு... அது பலவீனத்தை அடிப்படையாகக் கொண்டிருக்குமா?

மென்மையைக் குரலில் குழைத்துக் கொண்டு புன்னகை செய்கிறான். அவளுடைய அம்மா, அந்தக் காலத்தில் கமலம்மாவுடன் ஆசிரமத்துக்கு வரும் இந்தப் பிள்ளையை 'சுதீரா' என்று அழைப்பாள். வசந்தத்தின் தொடக்கத்தில் ஒரு மழை பெய்ததும் குவியல் குவியலாகப் புறப்பட்டு வரும் வண்ணத்துப் பூச்சிகளைச் சிறுமியாய் அவனுக்குக் காட்டி மகிழ்ந்திருக்கிறாள் அவள். பின்னர் கல்லூரி இளைஞனாக அவன் அங்கு வந்தபோது அவள் முகையவிழும் பருவத்தில் உலகையே அறியத் துடிக்கும் ஆர்வத்துடன் அவனிடம் கேள்விகள் கேட்டதுண்டு. கவலையோ கடினமோ அறியாத மலர்ந்த முகம். அவனுடைய கைகள் பெண்ணின் கைகளைப் போல் மென்மை வாய்ந்தவை. அவன் சிரிக்கும் போது காற்றில் பூச்சரம் அவிழ்ந்து உதிர்ந்தாற் போல் இருக்கும். புன்னகை பூத்தாலே கன்னங்கள் குழியும். அந்த சுதீரன் எங்கே?

மனிதனாக வளர்ந்து பெற்ற மென்மையான பரிணாம அங்கிகளை உரித்துக் கொண்டு, விலங்குத் தன்மையை அப்பட்டமாகக் காட்ட முனையும் இந்த சுதீரன் எப்படி உருவானான்?

"நீ இப்படிப் பார்த்து ஆளைப் பைத்தியமாயடிக்காதே..." அவன் முகத்தில் உறைந்திருந்த உணர்ச்சிகளின் நெகிழ்ச்சி மின்னுகிறது. கைப்பிடி அவளைப் பற்றி இழுக்கும் அளவுக்கு வலுக்கிறது.

அவள் விலுக்கென்று பின்னுக்கு இழுத்துக் கொண்டு திரும்புகையில் கமலம்மாவின் மீது மோதிக் கொள்கிறாள்.

"என்னை எழுப்பியிருக்கலாமே? இடியும் மின்னலுமாக இருக்கு... ஜன்னலெல்லாம் சாத்தியிருக்கா?"

யமுனா படுக்கையில் வந்து உட்காருகிறாள்.

வெளியே மழை சடார் படாரென்று அடிக்கிறது. காற்றில் மரங்கள் பேயாட்டம் ஆடுகின்றன. அவள் உலகில் கண்விழித்த நாளாய் உள்ளத்தில் வேரூன்றி வளர்ந்திருக்கும் ஒரு பெருமரமும் பேயாட்டம் ஆடுவது போலிருக்கிறது.

அத்தியாயம் 4

விடியும் நேரத்திலேயே உறங்கினாலும், கண் விழிக்கும்போது சுறுசுறுப்பாக இருக்கிறது. படுக்கையில் கமலம்மாவைக் காணவில்லை. யமுனா குளியலறைக்குச் சென்று காலைக் கடன்களை முடித்து, இதமான வெந்நீரில் நீராடிய பின், சேலையைச் சோப்புப் போட்டுக் கசக்கி வெளியே உலர்த்தப் போகிறாள். முதல் நாள் பெய்த மழை ஈரத்தில் பசுமை மின்னுகிறது. விண்மணி பளிச்சென்று முகம்காட்டி அந்தப் பசுமை கண்டு பூரிக்கிறது. அவள் பின்வாயில் வழியாக உள்ளே கூடத்துக்கு வரும்போதுதான் மலையாளம் கலந்த அம்மாவனின் மழலைத் தமிழ் செவிகளில் விழுகிறது. தம் கதர் சால்வையுடன் அவர் உட்கார்ந்திருக்கிறார். சுதீர் பைஜாமாவும் சிகரெட் புகையுமாகச் செட்டில் சாய்ந்து மலையாளத்தில் பேசுகிறான்? ஆம், மலையாளத்தில் “சமரத்திண்டே ஃபர்ஸ்ட் காஷுவாலிட்டி” என்று ஏதோ செவிகளில் விழுகின்றன.

“குட் மோர்னிங், எந்தா யமு, சுகமில்லையோ?” என்று கேட்கிறார் கையில் ஆவி பறக்கும் தேநீர் கிண்ணத்துடன்.

“ஒன்றுமில்லையே?”

“பின்ன கண்ணெல்லாம் சிவந்து இடுங்கி...”

சுதீர் எங்கோ பார்த்துப் புகை விட்டுக் கொண்டிருக்கிறான்.

“எப்போது வந்தீர்கள்!”

“குஞ்ஞும்மையும் கமலம்மையும் ஒருபாடு நேரம் கண் முழிச்சு சம்சாரிச்சதாக்கும்!”

அவள் அதற்கு மறுமொழி கூறாமல் சுதீரை உறுத்துப் பார்க்கிறாள். அவன் காலை மடக்கிக் கொண்டு புகையை விட்டுக் கொண்டிருக்கிறான். இந்த சுதீர் முன்பு எத்தனை மரியாதையுள்ள நாகரிக மனிதனாக நடந்து கொண்டிருந்திருக்கிறான்? நீதிபதி வீட்டுக் குழந்தைகளின் செல்லப் பிராணியாகச் சொகுசாக வளர்ந்த நகரத்து நாகரிக நாய், பொன்னைத் தேடிப் பனிக்கண்டத்துக்குச் சென்ற பேராசை மனிதனுக்குத் துணை போக, கொஞ்சம் கொஞ்சமாக நாடு நகர வாசனைகளை எல்லாம் உதிர்த்து, நள்ளிரவில் குந்தியிருந்து ஊளையிடக் கானகத்துக்குத் தன்னைப் பழக்கிக் கொண்ட கதை நினைவுக்கு வருகிறது. மனித குலம் நாகரிகப் பரிமாணத்தில் முன்னேறிய பின் திசை கெட்டுத் தறிகெட்டுக் குப்புற விழத் திரும்பிப் பார்க்கிறது.

“எந்தா யமு?”

“பிரேக் ஃபாஸ்ட் சாப்பிடம்மா. உடம்புக்குச் சுகமில்லையாம்மா?” கமலம்மா பூஜையறையிலிருந்து வருகிறார்.

“பேர் பேராகக் கேட்கிறீர்கள்?...”

முரமுரத்த ரொட்டி வில்லைகளும் வெண்ணையும் பழப் பச்சடியும் கொண்ட தட்டத்தை ஏந்தி வருகிறான் சுப்பையா.

“காப்பியா, டீயா...” என்று அவன் மெல்லக் கேட்கையில், “டீயே இருக்கட்டும்” என்று கூறிவிட்டு யமுனா ரொட்டி வில்லையில் வெண்ணை

தடவிக் கொண்டு, "நீங்கள்?... நீங்கள்?" என்று சுதீரையும் ஜோசஃபையும் பார்க்கிறாள்.

"இன்னிக்கு இங்கே ஏதானும் வேலை இருக்கா யமு?" என்று கமலம்மா கேட்கிறார்.

"இல்லே, பொருட்காட்சி சாமான்களைப் பிரேமாவும் ரங்கனும் எடுத்துக் கொண்டு வருவார்கள். நான் எல்லோருடனும் போகிறேன் ஆசிரமத்துக்கு."

"அப்ப... அடுத்த மாசமோ, அதற்கடுத்த மாசமோ மெட்றாஸ் வருவாய்?"

"அது-நிச்சயமில்லை. ஒரு நினைப்பு இருக்கிறது. வந்தால் உங்களைப் பார்க்காமல் போவேனா?"

"நீ பெரியப்பா வீட்டில் தங்குவாய்..."

"எனக்கு எல்லாம் ஒன்று தான் கமலம்மா..."

"பின் அங்கே வந்து தங்கு. எனக்குச் சந்தோஷமாக இருக்கும்."

"சரி. கமலம்மா என் துணிகளை இங்கே உலர்த்தி இருக்கிறேன். ரங்கன் வந்தால், கொடுத்து விடுங்கள்; நான் சொல்லிவிட்டுப் போகிறேன்..."

"இருக்கட்டுமே!"

விடைபெற்றுக் கொள்ளும்போது கமலம்மாவைக் குனிந்து வணங்கத் தோன்றுகிறது.

வாயிலில் மழை நீர்த் துளிகளை வயிரமாகத் தாங்கி மின்னிக் கொண்டு ஐந்தே இதழ்களுடன் கட்டவிழ்த்திருக்கும் அரக்கு வண்ண வெல்வெட் ரோஜாவைக் கிள்ளி அவன் ஈரக் குழலில் செருகுகிறார் கமலம்மா.

"வண்டி இருக்கே, கொஞ்சம் இருங்களேன்? டிரைவர் வந்திடுவான்...?"

"வேண்டாம்மா, மழை பெய்த சுகத்தில் நடக்கச் சந்தோஷமாக இருக்கும்... வரேம்மா..."

"வரேம்மா! எந்தா சுதிர்? பின்னக் காணாம்!"

"ரைட்டோ?"

அவன் வாசலில் வந்து நிற்கிறான். சிரிப்பதுபோல் தோன்றுகிறது. யமுனா பேசவில்லை. வளைவு திரும்பி, கீழே இறங்கிப் பாதையில் நடக்கின்றனர். தலை மறையும் வரையிலும் மேட்டில் நின்று கமலம்மா பார்க்கிறார்.

வெயில் பளிச்சென்று விழவில்லை; நீளம் தெரியமல் வானமெங்கும் பஞ்சுப் பிசிறுகள் சிதறிக் கிடக்கின்றன. எப்போதேனும் காற்றின் அசைவில் அவை விலகும்போது பளிச்சென்று நீலமாகச் சிரித்துக் கொண்டு கதிரோன் தன் குழந்தைகளாகப் பசுமைகளை மெல்ல வருடுகிறான். உடனே பொறுக்காத பஞ்சுத் துணுக்குகள் அந்தச் சிரிப்பை மாய்க்க ஓடோடி வருகின்றன.

"ராத்திரி நல்ல மழை. இந்த வருஷத்துப் பஞ்சக் கொடுமை போச்சு. உறக்கம் கொள்ளாத சந்தோஷம்" ஜோசஃப் மௌனத்தைக் கலைக்கிறார்.

"நீங்கள் சுதீரோடு என்ன பேசிக் கொண்டிருந்தீர்கள்?" என்று அவரைக் கேட்டாள் யமுனா.

"நானா? என்ன பேசினேன் சுதீரோடு? காப்பிக்கும் சாய்க்குமுள்ள வித்தியாசங்கள்..."

"அதில் சமரத்திண்டே காஷுவாலிட்டி என்ன வந்தது?..."

"அதோ? நான் அரசியல் ஒண்ணுமே பேசவில்லையே. யுத்தம்னு வந்தால் உண்மை போகும் அல்ல? அதான். ஏது சமரத்திலும் முதல் காஷுவாலிட்டி இப்ப சத்யமாணு?"

"அம்மாவா, எனக்குப் பெரிய போராட்டமாக இருக்கிறது. நாம் பைத்தியக்காரத்தனமாக, நடக்காத இலட்சியத்தைப் பற்றிக் கொண்டு போறாடுகிறோமோன்னு தோன்றுகிறது. எனக்குத் தெரிஞ்சே முன்ன நான் படித்த போது ஹாஸ்டலில் பூரி கூடச் செய்ய மாட்டார்கள். அப்போதே டில்லியிலிருந்து ஒரு அம்மா, காந்திய சர்வோதயம் கொண்டாடுபவர், வந்தால் எல்லா வகையும் செய்வார்கள். நம் ஆசிரமத்தில் இருந்து வரும் குழந்தைகளே வெளியே அழுக்குப் படிந்த தின்பண்டங்களைக் கண்டால் வாங்கித் தின்கிறார்கள். ஆசிரமத் தொண்டர்கள் வாழ்நாள் முடியக் கதர், எளிமை, கொல்லாமை, தூய்மை என்று பிரதிக்ஞை எடுத்துக் கொள்கிறோம். பிரேமா ஆசிரமத்தை விட்டு வீட்டுக்குப் போனால் நைலக்ஸ் வகைதான் உடுத்துகிறாள். போன மாசம் யாரோ ஒரு நீண்ட முடி வெள்ளைக்கார ஜோடி நம் குடிசையில் வந்து தங்கினார்களே, அவர்கள் கஞ்சா கொண்டு வந்திருந்ததாக ரங்கன் சொன்னான். இந்த மலையில் கஞ்சா பயிரிடுகிறார்களா என்று விசாரிக்கவே அவர்கள் வந்ததாக துரை சொன்னார். இந்த உலகத்தை நாம் என்ன செய்ய முடியும்?"

ஜோசஃப் மறுமொழி ஏதுமே கூறவில்லை.

சுமதி தாயி, மாதாஜியுடன் காலையிலேயே புறப்பட்டுப் போய்விட்டாளாம். துரையும் நிகழ்ச்சியில் பங்கு பெற்ற குழந்தைகளும் கூடக் காலை பஸ்ஸில் ஆசிரமத்துக்குத் திரும்புகிறார்கள்.

யமுனாவும் ஜோசஃபும் வரும்போது பஸ் போய்விட்டது. அடுத்த பஸ் நேராக அந்த வழியில் செல்லாது. எனினும் காத்திருந்து அதில் ஏறுகின்றனர். பிற்பகல் இரண்டரை மணிக்கு அது மஞ்சூரில் வந்து நிற்கிறது. அணைக்கட்டும் மின்நிலையமும் வந்த பிறகு பெருத்த ஊர். பஸ் நிற்குமிடம் வழக்கம் போல் கசமுசவென்றிருக்கிறது. மழை பெய்திருப்பதால் சரிவுகளில் பெண்கள் மண்வெட்டியும், கொத்தும், கூடையுமாகச் சளைக்காமல் வேலைக்கு இறங்கி விட்டனர். படுகப் பெண்டிர் மண்ணின் செவ்வியர்.

சரிவில் கொத்திக் கொண்டிருக்கும் பெண்ணைப் பார்த்துக் கொண்டு நிற்கையில், யமுனாவின் முகத்தில் ஏக்கத்தின் சாயல் படருகிறது. "அந்தப் பெண்ணைப் பார்த்தால் பொறாமையாக இருக்கிறது. அரசியலின் அவலங்களைப் பற்றியெல்லாம் சிந்திக்காமல் காலமறிந்து உழைத்து விளைவு காண்பதற்காக வாழ்கிறாள். அறிவு வளர வளரப் பிரச்னைகளும்

சங்கடங்களும் தான் வளருகின்றன. அறியாமை போற்றக் கூடியதொன்றாகிறது.”

“அறியாமை - அறிவு, இரண்டையும் சரியான பொருளில் கண்டு நீ சொல்லவில்லை. வெறும் ஏட்டுக் கல்வியினால் அறிவு கூடிவிட்டதாகவும், பத்திரிகை படித்து அரசியல் அக்கப்போர்களை விவரிக்காததனால் அறியாமை நிறைந்தவளென்றோ ஏன் எடைபோடுகிறாய்? ஆனால் யமு, இப்பப் பாரு. உன்னைப் பார்த்துக் கொண்டு அவள் வேலை மறந்து நிற்கிறாள்?” இது ஜோசஃப்.

உண்மைதான். அந்த நங்கை இவளைப் பார்த்துக் கொண்டு நிற்கிறாள். யமுனா சிரிக்கையில் அவளும் புன்னகை பூக்கிறாள்.

“இது எந்தொரு சல்யம் பிடிச்ச வாழ்வு. அந்தப் பெண் எத்தனை அழகு! எத்ர பாக்யசாலி! ஒருபாடு படுச்சு, டீச்சர் உத்தியோகம் பார்ப்பது எத்ர கேமன்மை யானு! ’இப்படி வெயிலும் பனியும் கொண்டு, மழயும் சகிச்சி, மானத்தையும் மண்ணையும் பார்த்து வாழ்வதொரு வாழ்வா!’ன்னு நினைச்சிருக்கும் யமு. மனுஷ மனசுக்குத் திருப்தி ஒருபோதும் கிடையாது. தியாகத்திலே ஆரம்பிச்சு அஞ்சு ஏக்கரும் பத்து ஏக்கரும் வாங்கினவர்கள், பொது வாழ்வில் சுயநலப்பசை ஒட்டி ஒட்டிப் பதவிப் பித்தாகி விட்டதைக் கண்ணால் பார்க்கலே? கிடச்சதைச் செம்மையாக்கிக் கொள்ள அறிவு வேணும். ஒரு செரட்டைச் சில்லுகிட்டியெங்கிலும் அதையும் தேச்சு மினுக்கிக் கலாவஸ்துவாக ஆக்குவதுபோல் வாழ்க்கையை வாழணும் குஞ்ஞே. சுகதுக்கம் சமமாகும் போள் ஏக்கமேது; நம்பிக்கையோடு முயற்சி செய். பலனைப் பற்றிக் கவலைப்படாதே. அதுதானல்லோ கீதாசாரியன் சொன்னதுங்கூட?”

“அம்மாவா! பதவியிலமர்ந்தால் அப்படிச் சமமாகப் பார்க்க முடியாதென்று தான் நீங்கள் கரையோரமாக ஒதுங்கி விட்டீர்களா?”

மூக்குக் கண்ணாடிக்குள்ளிருக்கும் விழிகள் அவளைப் பார்த்துச் சிரிக்கின்றன.

“பதவியில் அமருமுன் நம்முடைய தலைவர்களின் பேச்சுகளும் நடப்பும், பிறகு கொள்கைகளைக் கையாள ஆட்சி கைக்கொண்டு பிறகு மாறிப் போவதால் தான் இளந் தலமுறை நம்பிக்கையில்லாமல் போனது. தனிமனிதனின் ஒரு தூய்மையான நடப்பினாலேயே நாணயம், ஒழுங்கு எல்லாம் இருந்தாலே சமுதாயமும், ஜனநாயக அரசாட்சியும் மேன்மையாகும்...”

“இதற்கு நம்மால் இப்ப என்ன செய்ய முடியும் அம்மாவா?”

“உம்...?...யமு, இந்த நூற்றாண்டு ஆகோஷமெல்லாம் எதற்கு? நமக்கு விளம்பரமா? அல்ல. ஒரு பத்து நூறு குட்டிகள் இளந்தலமுறை கண்டு கேட்டு மனசில் வாழ்க்கையின் நல்ல நல்ல நெறிகளெல்லாம் பதியணும். இந்த நூற்றாண்டுத் திட்டமாக, வெறும் பாதயாத்திரையோடு நிற்காமல், மூலை முடுக்கெல்லாம், முக்கியமாக மனுஷ மதிப்புகளுக்கு இடம் கொடுக்காத நகரத்தில் நெறியோடு கூடிய வாழ்க்கைக்குப் பிரசாரம் செய்ய வேணும். இது என்னோட யோசனை...”

யமுனா மௌனமாக நிற்கிறாள்.

“அம்மையிடமும் அச்சனிடமுங்கூட இதே சொன்னது. ஏற்கெனவே முதிர்ந்து வழிமாறிப் போனவர்களைத் திருத்துவதை விட, இனி வளரும் தலைமுறைக்கு நல்ல வழிகாட்டுவது அவசியம் அல்ல? மூலைக்கு மூலை எலிமெண்டரி ஸ்கூல் மிடில் ஸ்கூல் ஹைஸ்கூல் எங்கும் பிரசாரம் செய்யணும். ஒரு நல்ல சமுதாயத்துக்கு வித்திடணும். யமுனா உரச்சு நிற்கணும் எந்தா?”

“செய்யலாம் அம்மாவா…”

“இதில் ஒரு சங்கடம். ஏது மண்ணாங்கட்டிக்கும் அரசியல் கலர் பூசினால்தான் இப்போள் விளம்பரம் கிட்டும். நாட்டுக்கார் மத்தியில் கொடி கட்டிப் பரன்ன சினிமாக்காரங்களே, இந்த கதிக்கு வந்திருக்கும் போது நாம் எம் மாத்திரம்? ஒரு பத்து ஸ்கூலில் சர்வோதய சேவா சிரமத்தைச் சேர்ந்த யமுனா காந்தியப் பிரசாரம் செய்யப் போவதாக ஏற்பாடு செய்யலாம்னு வச்சால், ஒவ்வொரு ஸ்கூலும் அரசியலுக்கு அப்பால் இருக்கணும். அரசு ஸ்கூல் ஒருவகை, மானேஜ்மெண்டாயிருந்தால் ஒரு குறிப்பிட்ட கட்சிண்ணு சார்ந்து இருந்தால் கஷ்டம்…”

ஆசிரமம் வழியாகக் கோவை செல்லும் பஸ் முக்கி முனகிக் கொண்டு வருகிறது. அந்தப் பாதையில் சுற்றி வளைந்து மலையை விட்டிறங்கும் பஸ் அது ஒன்றுதான். ஆசிரமத்திற்குச் சாலையில் இறங்கிய பின் செம்மண் பாதையில் நடக்க வேண்டும்.

சாலையில் வந்து இறங்கும் போது மாலையில் ஐந்தே கால் மணியாகியது. வானம் இருண்டு கிடக்கிறது. கானகத்தினிடையே மனிதப்பூண்டின் அரவம் கேட்காத அமைதி. அடர்ந்த காடுகள் மண்டிக் கிடக்கும் ஆற்றின் கரைகளினூடே அவள் சிறுமியாய் ஜோசஃபுடன் எத்தனை நாட்கள் குதித்து நடந்திருக்கிறாள்! அணைத்திட்டங்கள் வருமுன்பு அங்கு பள்ளிக்கூடம் கிடையாது. அப்பாவும் அம்மாவும் மருந்துப் பெட்டியையும் ஊசிக்குழாயையும் தூக்கிக் கொண்டு மலைகளையெல்லாம் சுற்றப் போய் விடுவார்கள். ஜோசஃப் அம்மாவன் பாதையைச் சீர் செய்வார். ஆற்றுத் தண்ணீரை இறைத்து விளைநிலம் பாலிப்பார். மாலையில் ஒவ்வொரு கிராமமாக பஜனை செய்யப் போவார். படிப்புங் கூடக் கற்பிப்பார். அவள் இருளக் குழந்தைகளிடையே அரசகுமாரியைப் போல் அச்சமின்றிச் சுற்றுவாள். காடை, உடை, புளி, ஆல், அத்தி, கோங்கு மரங்களிடையே காட்டுக் கொடிகள் பின்னிப் படர்ந்து கிடக்கும் இடங்களில் வன விலங்குகளின் அச்சம் உணராமல் முன் செல்வாள். 'காட்டுத் தோழர்களே, நாங்கள் வருகிறோம்' என்று இருவரும் கைகளைக் கொட்டிக் கொண்டு செல்வார்கள். சிவந்து நீரோட்டம் வாய்ந்த நெல்லிக்கனிகளைக் கடித்துக் கொண்டு சென்ற அந்த நாட்கள் எவ்வளவு இன்பமானவை!

ஒருமுறை சுதீரை அழைத்துச் சென்று யாரோ ஒரு இருளப் பிள்ளையைக் கத்தச் சொல்லி, கரடி கத்துகிறது என்று அச்சுறுத்திக் கைகொட்டிச் சிரித்திருக்கிறாள். அவன், இப்போது அவளை அச்சுறுத்திப் பார்க்கிறான்.

பாறை இடுக்குகளில் பெரிய கொடுக்கோடு குடியிருக்கும் தேள் வர்க்கங்களைக் காட்டி, அம்மாவன் அவளுக்குக் கொல்லாமையும் அஞ்சாமையும் பழக்கியிருக்கிறார். பெரிய புற்றுக்குள் பாம்பு இருக்குமோ என்று குச்சி கொண்டு குத்திப் பார்க்கக் கூடாது என்று சுதீருக்கு அந்தக் காலத்தில் அவள் விளக்கியதுண்டு. அங்கே திறந்த வெளிபோன்று அகன்ற சரிவில் ஆறு உருண்டைக் கற்களுக்கிடையே குழந்தைச் சிரிப்புச் சிரித்துக் கொண்டு வரும். அணைத்தேக்கம் வந்த பிறகு அந்த அழகுகளெல்லாம் கனவாகி விட்டன. மின்நிலையத் திட்டம் நடைபெற்ற காலத்தில் வண்ண வண்ணமாக மக்கள் அங்கே உல்லாசப் பொழுது போக்க வருவார்கள். அவளும் அம்மாவனும், தந்தையும் தாயும், ரங்கனும் அவன் குழந்தைகளும், காலையில் அங்கு சென்று பிரார்த்தனை பாடி, நீராடி, கூட்டாஞ் சோறு பொங்கி உண்டு களித்த நாட்கள் பல. கமலம்மா உதகை ஸீஸனுக்கு வந்தால் ஆசிரமத்தில் வந்து ஒரு வாரம் தங்குவார். அவருங்கூட அந்த இடத்துக்கு அழைத்துச் செல்லச் சொல்வார். அம்மாவன் கமலம்மாவுக்காகவே தனியாக ஒரு குடிலைத் தம் கைகளால் கட்டினாராம். இப்போதும் அது விருந்தினர் குடிலாக இருக்கிறது. இப்போது கமலம்மா அங்கு வந்து தங்குவதில்லை. உதகைக்கு வந்தாலும், இம்முறை ஆசிரமத்துக்கு வரவேயில்லை...

ரி...ம் ரீ...ஈம் என்ற குழலொலி அவள் சிந்தையை துண்டித்துத் தூக்கி வாரிப் போடச் செய்கிறது.

சாலையின் ஓரமாக அவள் விலகிக் கொள்கிறாள். அந்த நீல வண்டி சுர்ரென்று வந்து உராய்ந்தாற் போல் நிற்கிறது.

“சுதீர்...”

சுதீர் தான் ஓட்டும் ஆசனத்திலிருந்து கதவைத் திறந்து கொண்டு சிரிக்கிறான். காட்டுமிராண்டித் தோற்றம் காண்பித்த கருமையும் காதோரத் தூண்களும் கூட மழிக்கப்பட்டு முகம் மென்மை இயல்பைக் காட்டுகிறது.

“உங்க பஸ்ஸைப் பிடிக்கணும்னு துரத்திக் கொண்டு வந்தேன். இந்தா யமு?”

யமுனாவிடம் சிரித்துப் பேசி, அந்தப் பழுப்பு நிறப் பாக்கெட்டைக் கொடுக்கிறான்.

“என்னது இது?”

“உன் சேலை. விட்டுப்போய் விட்டாயே? வேறொன்றுமில்லை; பயந்துவிடாதே!”

“நன்றி, இதை... நீங்கள் கொண்டு வருவதற்காகவா... வாருங்கள்!”

“ஏன், இதைக் கொண்டு வருவதற்காக நான் வரக் கூடாதா?” ஒரு சிரிப்பு. சண்பகப் பூக்கள் இளங்காற்றில் சிதறுகின்றன. கதவைச் சாத்துகிறான்.

“நீங்கள் உள்ளே வரலியா?”

“இல்லே. கோயமுத்தூர் போகிறேன். ஆறரை மணிக்கு ஒரு மீட்டிங்.”

வண்டி பாதையில் மெல்ல இழிந்து செல்கிறது.

சேலையை அழகாக மடித்துக் காகிதப் பைக்குள் வைத்துக் கட்டியிருக்கிறார். கமலம்மா தான் கட்டியிருப்பார்.

கோயமுத்தூர் கூட்டத்துக்குப் போகிறேன் என்று சொல்லியிருப்பாரோ; போகும்போது கமலம்மா புடவையைக் கொண்டுபோய்க் கொடு என்று சொல்லியிருப்பாரோ?

உள்ளே வந்து காகிதத்தைப் பிரிக்கும் போது மேலாக ஒரு துண்டுக் கடிதம் இருக்கிறது. "நேற்றிரவு பண்புக் குறைவாக நடந்திருந்தால் மன்னித்துவிடு. சுதீர்…"

அத்தியாயம் 5

இரண்டு நாட்களுக்கு ஆசை காட்டிவிட்டு ஊமைப் புழுக்கமாக வாட்டுவாயோ என்று மண்-வானைப் பார்த்து உருகும் வெப்பம். கோவை நகரத்தில் பொதுவான நிலையிருந்தாலே நீருக்கு நெஞ்சுலரக் காத்துக் கிடக்க வேண்டும். பஞ்சாலைகளில் சீக்குப் பிடித்தது போக ஆரோக்கியமானவைகளும் தண்ணீர்த் தட்டில் தவிக்கும் நிலை. வறுமையும் புழுதியும் வறட்சியும் தெருவெல்லாம் உற்சாகங்களை அடியோடு வறட்டி இருக்கின்றன. மலையடிவாரத்திலிருந்து வரும் வண்டிக்காக ஜோசஃபும் யமுனாவும் நிற்கின்றனர். அவர் அவளை ரயிலேற்றிவிட்டு மறுநாள் பாதயாத்திரையில் பங்கு கொள்ளப் போகிறார்.

பெண்கள் வாசனை முகப்பொடியும் பூவுமாகக் கடைவிரித்து அலங்காரம் செய்து கொள்ளும் அறையில் அந்த மணங்களை அமுக்கிக் கொண்டு உட்புறமிருந்து நாற்றம் வீசுகிறது. குடலுக்குள் புகுந்து அங்கு என்ன இருந்தாலும் தள்ளி விடுவேன் என்று சவால் விடுகிறது.

தங்கள் மனப் பலவீனங்களையும் உடல் அழுக்குகளையும் வெளியில் காட்டுவதைப் பண்புக் குறைவாகவும் அநாகரிகமாகவும் கருதும் காலம் பழையதாகி விட்டது என்று அவளுடைய அம்மா சொன்னது நினைவுக்கு வருகிறது. தந்தை படுக்கையோடு படுக்கையாக நோயில் விழு முன் ஐந்தாறு ஆண்டுகளுக்கு முன் அவளும் தாயும், மதுரைப் பக்கத்துக் காந்தி கிராமத்துக்குப் போனார்கள். மதுரை ரயில் நிலையத்துப் பொதுக் குளியறையில் அம்மா பெண்கள் முகம் சுளிக்க ஒரு அறிவுரை நல்கிவிட்டுத் தேய்த்துக் கழுவினாள். இப்போது இன்னும் காலம் முன்னேறிச் செல்கிறது. சந்திர மண்டலத்தில் முதல் மனிதன் அடிவைத்து விட்டான்.

நகரமே பார்க்காத, வெளிச்சம் தெரியாத ஆதிவாசிப் பெண்களுக்கும் இவர்களுக்கும் என்ன வித்தியாசம்? அவர்கள் புறத் தூய்மையின் சுகத்தை அறியாத பேதைகள். ஒரு வகையில் அந்த எளியவர்களுக்குச் சுத்தம் ஆடம்பரமும் கூட. இந்த மலைக்காட்டு ஏழைகள் குளித்துத் துணி துவைத்தால் துணிகள் கரைந்துவிடும் என்று துவைக்காமலிருக்கிறார்கள். ஆனால் இந்தப் பளிங்குக்கல் பரவிய குளியலறையில் வந்து புழங்கும் நாகரிக மக்கள் சுதந்திரத்தின் சுகம் மிஞ்சி, அகம்பாவமாகிவிட்ட நிலையில் தங்கள் மலினங்களை நாணமின்றி வாரி இறைக்கின்றனர்.

குளித்து உடை மாறும் அணியலறையில் செருப்பைத் தொடும் தேக்க நீர் நாற்ற நீராக இருக்கிறது. பீங்கான் பாண்டத்தில் எவளோ ஒருத்தி போடக் கூடாத பொருளைப் போட்டு, அது அடைத்து போகும் பணியைச் செய்திருக்கிறாள்.

யமுனா துடைப்பம் தேடித் தேக்க நீரைத் தள்ளித் துப்புரவு செய்கையில் ஒரு முப்பது வயசுக்காரி, மூன்று வயசுக் குழந்தைக்குரிய உடையுடன் அங்கு வருகிறாள். யமுனாவை அவள் துப்புரவுக்காரி என்று நினைத்திருக்க வேண்டும்.

"அப்புறம் சுத்தம் செய், அப்பால் போ!" என்று விரட்டுகிறாள். யமுனா நிமிர்ந்து பார்க்கிறாள்.

“பொது இடங்களில் கொஞ்சம் பொறுப்பாக நடந்து கொள்ளக் கூடாதா, பெண்கள்? அதுவும் படித்த பெண்கள் இதை நினைத்துப் பார்க்க வேண்டாமா?”

அவள் மறுமொழி ஏதும் கூறவில்லை. “அப்படியா சேதி?” என்று ஏளனமாகக் கேட்பது போல் பார்வையை வீசிவிட்டுப் போகிறாள்.

துடைப்பத்தை மூலையில் வைத்துவிட்டு அவள் அலுப்போடு வெளியே வருகிறாள். அரை வயிறும் முக்கால் முதுகும் தெரியக் காட்டிக்கொண்டு நாலைந்து பெண்கள். கொடுக்கு மீசைகள் குறுந்தாடிக் கோலங்களில் சில இளைஞர்கள். மனிதன் சந்திரனில் காலூன்றி, மனித குலத்துக்கு ஒரு முன்னேற்றத் தாவல் என்று முழங்கிய வீரனைப் பற்றிய விமரிசனங்கள்; கலகலக்கும் சிரிப்புகள்; கத்திக்குத்து இரத்தங்கள், பெண்ணுடலின் விரிவான கோலங்கள்; காமக் களியாட்டங்களின் சங்கேதப் படலங்கள் ஆகியவற்றை அட்டைகளில் விளம்பரம் செய்து கொண்டிருக்கும் புத்தகங்களைத் தள்ளு வண்டியில் வைத்துத் தள்ளிக் கொண்டு ஒரு அழுக்குச் சட்டைப் பையன் ரெயிலடி மேடையில் ஊர்ந்து செல்கிறான். அந்தப் புத்தகங்களில் பொதிந்துள்ள விஷயங்களைப் பற்றி அவனுக்கு ஏதும் தெரியாது; அக்கறையுமில்லை. அவற்றை அவன் ஆங்கிலம் படித்த மேல்நாட்டு நாகரிகக்காரர்களுக்குத்தான் விற்கிறான்.

“எந்தா யமுனா சிந்தனை வயப்பட்டது?”

“ஒண்ணுமில்ல; பாத்ரூம் கழுவப் போனேன்; தண்ணீரில்லை.”

“ஓ; அது சரி. ஆனா இது பாபுஜி இருந்த காலமில்ல. நீ செய்வதைப் பார்த்து நாணி யாரேனும் உதவ வரலியே?”

“நான் இந்த வேலையைக் கூலிக்குச் செய்வதாக நினைத்தாள் ஒருத்தி...”

யமுனா கலகலவென்று சிரிக்கிறாள்.

அவரோ அவளைப் பெற்று வளர்த்த தந்தை தன் மகள் கணவன் வீடு செல்ல விடைபெற நிற்பது போல் உணர்ச்சி தழுதழுக்க நோக்குகிறார்.

“யமுனா, எனக்கு உன்னைப் பார்க்கப் பெருமையாயிருக்கு; ஒரு கலாகாரன், தன் சிருஷ்டியைப் பார்த்துச் சந்தோஷப்படுவது போல், நிண்டம்மையும் அச்சனும் காட்டுக் குழந்தைகளை மக்களாய் சுவீகரிச்சு உன்னை நான் சுவீகரிச்சு, மகளே வில்வித்தையும் குதிரையேற்றமும் கற்பிச்சு மகனை யுத்தரங்கத்துக்கு அனுப்புவது போல் எனக்குள்ளே ஒரு எண்ணம். என் கண்முன் வளர்ந்த நீ எப்படி இருக்க வேணும்னு நினைச்சேனோ, அதெல்லாம் கை கூடினாப் போல் சந்தோஷம். ஆனால் எத்ர கட்டிக் கொடுத்தாலும், சொல்லிக் கொடுத்தாலும், சமர பூமியைக் கண்டதும் நடுநடுங்கிப் போகிறவர்கள் தான் இந்த அஹிம்சா வழியில் அதிகமான பேர்களும், பதவியையும் பொறுப்பையும் வகிக்க வருபவர்கள் தான் எல்லாரும். அந்தக் களத்தில் மின்மினிப் பூச்சிகளாக ஆண்மையிழந்து சுற்றிக் கொண்டிருப்பவர்களையே இன்றைக்கு நாடு முழுசும் பார்க்கிறோம். நீ ஏது பதவி வகிச்சாலும் எரிமுட்டை தட்டி ஜீவனம் செய்தாலும் பத்து நூறு குட்டிகளுக்குப் படிப்பிச்சாலும், ஒரு முரட்டுப் புருஷனுக்கு மணவாட்டியானாலும் சத்தியத்தையும் அஹிம்சையையும் முழு வடிவத்தில்

அந்த வாழ்விலே, அந்தத் தொழிலிலே காணவேணும். அப்போள் லோகத்துள்ள சக்தியெல்லாம் நிண்டே பங்கில் வரும். சத்தியமே ஜயம்னு ஏட்டில் வரஞ்சு வச்சாப்போல அது வராது குஞ்ஞே. அதை வாழ்விலே வரைந்து கொள்ள வேணும். நான் உனக்கு என்றென்றைக்கும் எப்போதும் சொல்லும் ஒரே அறிவுரை இதுதான். ஊருக்கு இதைச் சொல்லத்தான் உன்னை ஆசையோடு உருவாக்கினேன்...''

சரளமாக மெதுவாக இழிந்து கொண்டிருந்த அருவி பெரிய பெரிய பாறைகளையும் மண்ணையும் காட்டிக் கொண்டு வறண்டு விட்டாற்போல் அவளுக்குத் தோன்றுகிறது. தண்ணீர் வழியும் போது தோன்றாத அச்சம், தண்ணீரில்லாத போது தோன்றுகிறது.

''எனக்கு ஒரே குழப்பமாக இருக்கிறது, அம்மாவா! சில சமயங்களில் பயமாக இருக்கிறது. உங்களை, அம்மையை, அப்பாவை, எல்லோரையும் இந்தக் காட்டிலிருந்து நாட்டுக்குக் கொண்டு போக வேண்டும் போல் ஒரு பரபரப்பு. உங்களிடம் சொன்னால் கேலி செய்வீர்கள்...''

''எந்த பயம் பற்றி?...'' அவருடைய புருவங்கள் அவளுடைய முகத்தைக் கண்டு சுருங்குகின்றன.

''அக்கரையிலிருந்து மாரன்கோரனெல்லாம் இங்கு வந்து அரிசி கேழ்வரகெல்லாம் கடத்திப் போகலாமா? அம்மாவே யார் பக்கம், என்ன நினைக்கிறாள், என்னிடம் ஏன் மறைக்கிறாளென்று புரியவில்லை, அம்மாவா!''

''அம்மையோ? என்ன பொய்? எனக்குப் புரியவில்லை மகளே?''

அவள் விளக்குகிறாள்.

''ரத்தப் பசிக்காரர்க்குச் சோறிடுவது முறையோ அம்மாவா? அக்கரையில் சுதீர் அப்பாவி மலைக்காட்டுப் பணியரையும் அடியரையும் ரத்தப் பசிக்காரர்களாக்க, அந்த துரோகிகளுக்கு இங்கே தெரிந்து உதவி செய்யலாமோ?''

''யமுனா, பசியென்று வரும்போள் தராதரம் பார்ப்பவள் அம்மையல்லே. ரத்தப்பசி எப்படி வரும்? வயிற்றுப் பசி முற்றும் போது வரும். வயிற்றுப் பசி அவிஞ்சால் - பின்ன அது வரான் வழியல்ல. யமுனா, காட்டில் இருக்கும் நிசப்புலிகளை விட, நாட்டில் பசுத்தோல் போர்த்திய புலிகள் நிறைய வளர்ந்துவிட்ட அபாயத்தைச் சமாளிக்க, நிசப்புலிகளே வந்து போலிகளைக் காட்டிக் கொடுக்கும் நிலை இன்றைக்கிருக்கிறது. ஆண்டவனுக்கே அர்ப்பணமாக்கிக் கடைசி வரையில் அன்பு வழியில் தைரியமாக நடப்பது தான் நம் கடமை, யமுனா. பாபுஜி நவகாளியில் அடிவச்சு யாத்திரை செய்தப்போள் பிரார்த்தனைக் கூட்டத்தில் கொள்ளைக்காரனும் கொலைகாரனும் வந்து கண்ணீர் விட்டதை நான் பார்த்திருக்கிறேன். எனக்கு நம்பிக்கை போகாது. சுதீரனும் சகாக்களும் நம் ஆசிரமத்தை இரத்தக் களறியாக்க வரும்போதும் அஹிம்சை தீபத்தைக் கையிலேந்திக் கொண்டு, அச்சமின்மை என்ற வாளாயுதத்தை நெஞ்சில் தாங்கி நிற்போம். அச்சமேது மகளே? நீ பாடுவாயே? 'அச்சமில்லைன்'னு அன்னுசமர நடந்த போது பாடிய பாட்டு? அது இன்னும் இருக்கு...''

இந்த நம்பிக்கையைச் செவிமடுக்கையில் உள்ளம் புல்லரிக்கிறது.

“நல்ல நல்ல காரியங்களுக்கு வேண்டி ஒரு முறை காத்திருந்தாலும் பாதகமில்லை மகளே, நம்பிக்கை இழக்கக்கூடாது.”

“பெரியப்பாவே எல்லா ஏற்பாடுகளும் செய்து இருக்கிறார் என்றால் எப்படி இருக்குமோ. அதுவேறு தெரியவில்லை. அவருடன் அதிகமாகக் கூட நான் பழகியதில்லை...”

“உனக்கு அதெல்லாம் சொல்லித் தர வேண்டுமா, யமு? அங்குள்ள சர்வோதய சங்கம் மூலமாகத்தான் பேச்செல்லாம் ஏற்பாடு செய்வார். நீ உன் ஆழமான எளிமையான பேச்சால் உண்மைக்கு உயிர் கொடுக்கணும்...”

அவள் வண்டி வரும் திசையைப் பார்த்துக் கொண்டு மௌனமாக நிற்கிறாள்.

“யாருக்குக் கல்யாணம்? பெரியச்சன் மகனுக்கோ?”

“இல்லை. மகளின் மகளுக்கு. நான் இரண்டு வருஷத்திற்கு முன் போயிருந்தப்போ கூட மாப்பிள்ளை தேடிக் கொண்டிருந்தார். நீருவுக்கு ஐ.ஏ.எஸ்.ஸாக...”

“ஓ! ரஸமாகப் பொழுது போகும், அப்போது உனக்கு?”

“நான் அங்கே படித்து முடிந்து வரவேணுமென்று ஒரே பிடியாக இருந்தார். பெரியம்மை காலமான பிறகு நான் இப்பத்தான் அங்கே போறேன்.”

“அப்ப ஒருகால் பெரியச்சன் உனக்கு மாப்பிள்ளை பார்த்து வச்சிருப்பாரோ?”

“ஓ... ஒரு ஐ.ஏ.எஸ். பார்ப்பாராக இருக்கும்!”

“த்ஸ...த்ஸ...ஐ.ஏ.எஸ்.ஸைக் கல்யாணம் கழிக்க ஆசையுண்டானால் சொல் மகளே? க்யூவில் நிற்க ஞான் கொண்டு வரும், ஆசையுண்டோ?”

யமுனா மறுமொழி ஏதும் கூறவில்லை. வண்டி வந்து விட்டது. கூட்டம் மூன்றாம் வகுப்புகளை முற்றுகை இட முண்டியடித்துக் கொண்டு ஓடுகிறது.

இடத்தைக் கண்டுபிடித்து ஏறுவதற்குள் பல பேருடன் முட்டி மோத வேண்டியிருக்கிறது. ஓரத்திலுள்ள ஒற்றை ஆசனம்.

எத்தனையோ முறைகள் பல சந்தர்ப்பங்களை ஒட்டி அவள் சென்னைக்குப் பிரயாணம் செய்திருக்கிறாள். பெரிய தந்தையின் வீட்டில் தங்கியிருக்கிறாள் எனினும் இப்போது காலவரையறை ஏதும் இல்லாத நாட்கள் தங்கக் கூடும். எதிர்காலம் திட்டவட்டமாகத் தெரியாது. வண்டி, தொழில் நகரத்துக் குடிசைகளை எல்லாம் தாண்டிச் செல்கிறது.

கோயமுத்தூரில் எல்லாப் பகுதிகளும் அவளுக்குத் தெரியும்.

வண்டி டெக்ஸ்டூலைக் கடந்து செல்கையில் விளக்குகள் பூத்துவிட்டன.

“கொஞ்சம் காலை எடுத்துக்கிறீங்களா?”

இரட்டைப் பின்னல் தொங்க அவற்றில் கனகாம்பரம் சரமும் ஊசலாட, பூக்குலுங்குவது போல் நைலான் சேலையில் நிற்கிறாள் ஒரு தங்கை.

“நீங்க...நீ... யமுனால்ல?”

“ஆமாம். அருணாதானே?”

“அருணாவேதான்.”

பெருமிதம் ததும்பும் சிரிப்பொன்று இதழ்களில் விளையாடுகிறது. உயர்நிலைப் பள்ளியில் யமுனாவுக்கும் கீழ்வகுப்பில் அருணா படித்தாள். மாணவர் மன்றப் பேச்சுப் போட்டியில் ஆண்டுதோறும் அவள் பரிசைத் தட்டிக் கொண்டு செல்வாள். அடுக்குமொழி அருணா என்றே பெயர் அவளுக்கு. நல்ல குரல் அவளுடைய சொத்து. அவளுடைய மாமன் திராவிட முன்னேற்றக் கட்சியின் ஒரு தலையாய உறுப்பினன். அவர்களுடைய வீட்டில் அண்ணாதுரை விருந்துண்ண வந்திருக்கிறார். ஏன், அவளுக்கு அந்தப் பெயரை வைத்ததே அவர்தாம். அந்தக் காலத்திலேயே அந்தத் தலைவரின் பெயர் சொன்னாள் உருகிப் போவாள்.

“இங்கே எப்படி அருணா?”

“நாலு நாளா மேல்வட்டத்தில் பிரசாரக் கூட்டங்கள்; பேசிப் பேசித் தொண்டைக் கட்டிப் போச்சு...”

தொண்டை கட்டித்தான் இருக்கிறது.

“ஏனிப்படி மூணாங்கிளாசில் வரே?”

“ஏன் யமு? என்னை என்னன்னு நினைச்சிட்டே? நாங்க ஏழைங்க; எங்கக் கட்சி ஏழைங்க கட்சி.”

யமுனா சிரித்துக் கொள்கிறாள்.

“நீ என்ன பண்ணிட்டிருக்கே யமு? எம்.ஏ. பண்றேன்னு சொன்னாங்க...”

“ஒண்ணும் புரியலே. உன் பாடு பரவாயில்லே அருணா...”

“என்ன பரவாயில்லே? ஒரே நாளில் ரெண்டு மூணு மீட்டிங் இருந்திடுதா? சமாளிக்க முடியறதில்ல...”

“ஆனா, உனக்கு இதுதானே எத்தனை நாளாகவோ குறிக்கோளாக இருந்தது?”

அருணா அழகாகச் சிரிக்கிறாள்.

சிறு கூடான உடல்வாகு, உதட்டருகில் ஒரு மச்சம். கவர்ச்சி நிறைந்த கண்கள்! அவள் பேசும் போது கண்கள் இணைந்து பாவங்களை வெளியிடுகின்றன. சுருண்டு அடர்ந்த தலைமுடி, குட்டையான இரட்டைப் பின்னல்களாக விளங்குகிறது. மார்புப் பள்ளத்தில் அழகாக இரு உதயசூரியன் பதக்கம் இழைகிறது. கறுப்பிலே சிவப்பு ரோஜாக்கள் அச்சிட்ட சேலை.

“பிரசாரம் என்றால் என்ன பேசுவாய்?”

“பேச்சு மட்டுமில்லை. பேச்சு, பாட்டு இரண்டும் கலந்து கதாகாலட்சேபம் மாதிரி...”

“அதெப்படி?”

“ஆட்சியில் என்னென்ன சாதனைகள் செய்திருக்கிறோம் என்று கிராம மக்களுக்கு எடுத்துச் சொல்வதுதான். இந்த நடப்பு ஆண்டில் எத்தனை பள்ளிகள், சாலைகள், மருத்துவமனைகள் திறந்தோம். ஆட்சிக்கு வந்த பின்

என்னென்ன திட்டமிட்டு நிறைவேற்றி இருக்கிறோம் எனப்தைப் பாட்டாக, கதையாகச் சொல்வோம்.''

''நகரங்களில் செய்யமாட்டாயா? இதெல்லாம் யார் ஏற்பாடு செய்வார்கள்?

''ஏன் செய்யாமல்? அந்தந்த வட்டத்தின் செயலாளர்கள் ஏற்பாடு செய்வார்கள்.''

''இதற்கு மாதச் சம்பளம் உண்டா?''

''இல்லே, ஒரு நிகழ்ச்சிக்கு இத்தனைன்னு பங்கு போட்டுக் கொள்வோம்...''

''நாங்கன்னா யாரு?''

''பக்க வாத்தியக்காரர்களெல்லாந்தான். நிகழ்ச்சிகளை ஒழுங்கமைக்க ஒரு குழு இருக்கிறது. ஊருக்குத் தகுந்தாற் போல் வசனங்களை மாற்றி அமைப்போம். தேர்தல் சமயத்தில் ஓய்வே இருக்காது...''

''உன்னைப் பார்த்தால் எனக்குப் பொறாமையாக இருக்கிறது அருணா...''

அருணா அதை ஒப்புக் கொண்டு கலகலவென்று சிரிக்கிறாள். பிறகு அவள் கால்களுக்கிடையில் வைத்த கூடையை இழுத்துத் திறந்து இரண்டு வால்பேரிக்காய்களை எடுக்கிறாள். ஒன்றை யமுனாவிடம் கொடுத்து விட்டு மற்றதைக் கடிக்கிறாள்.

''ஒரே பசி. கார் அலையக்குலைய வேகமாகக் கொண்டு வந்துவிட்டது'' அவள் ஒன்றைத் தின்று முடித்து இன்னொன்றைக் கடிக்கையில் யமுனா பாதிகூட மெல்லவில்லை.

''வால்பேரி நல்லாயிருக்கில்லே?''

''எனக்கு உன்னுடைய நிகழ்ச்சி ஒண்ணு கேட்கணும்னு ஆசையாயிருக்கு.''

அருணா கபடமில்லாமல் சிரிக்கிறாள்.

''நீ ரொம்பப் படிச்சிருக்கே யமுனா; நான் சொல்றதெல்லாம் கிராம மக்களுக்கு.''

''தேர்தல் சமயத்தில்தான் பிரசாரம் செய்வீங்கன்னு நினைச்சேன். எப்போதுமா பிரசாரம்?''

கண்களை உருட்டி விஷயத்தின் தீவிரத்தை அவள் விளக்குகிறாள்.

''பிரசாரம் ஒரு கட்சி நிலைச்சி நிற்க உயிர்த்தண்ணி சோறு மாதிரி. அது பதவியில் இருந்தாலும் தேவை, இல்லாட்டியும் தேவை. தேர்தல் இல்லாத காலத்தில் தான் அவசியம் தேவை.''

''அப்ப, பொய்யான பிரசாரத்தினால் கூட ஒரு கட்சி பதவிக்கு வந்து விடலாம் இல்லையா?''

அருணா யமுனாவின் கையைப் பற்றிக் கொண்டு உதட்டைக் கடித்துப் பொய்க் கோபம் காட்டுகிறாள்.

''ஏ, குறும்பு! பொய்ப் பிரசாரம் எதற்குச் செய்ய வேண்டுமாம்? பொய்ப் பிரசாரத்தில் எப்படி வரமுடியும்? நம் மக்கள் முட்டாள்களா? இந்தக் கட்சி பதவிக்கு வருவதற்கு மக்கள் எல்லோரும் இதற்கு முன் இருபது வருஷ ஆட்சியில் தங்களுக்கு அடிப்படைத் தேவைகூடக்

கிடைக்கவில்லைன்னு புரிஞ்சிட்டதுதான் காரணம். தென்னாட்டுக் கிராமங்களில் காந்தியைப் பலருக்குத் தெரியாது. ஆனால் அண்ணா என்று சொன்னால் லட்சோப லட்சம் மக்கள் உருகிப் போகிறார்கள். ஒவ்வொரு குடிசையிலும் நான் உங்களில் ஒருவன் என்று கலந்து கொண்டவர் அவர்.''

யமுனாவுக்கு 'இப்போது அடிப்படைத் தேவைகள் கிடைக்கின்றனவா?' என்று கேட்க ஆசைதான். அவள் கிடைக்கிறது என்று தான் சொல்வாள். இல்லை என்பதை தன்னால் நிரூபிக்க முடியாது.

''அது போகட்டும். அருணா - நீ திருமணம் செய்து கொள்ளலியா?''

''அதைப்பற்றி யோசிக்கவே எனக்குப் பொழுதில்லை. சரியாப் போகுது...''

''யார் கண்டது? அடுத்த தேர்தலுக்குப் பிறகு நீயே மந்திரியாகி விடலாம்!'' அருணாவுக்கு இந்தப் புகழுரை பிடித்திருக்கிறது! சிரித்துக் கொள்கிறாள்.

''அறுபத்தேழிலேயே அண்ணா, 'பாப்பாவை நிறுத்தி வச்சா ஓட்டை வாரிட்டு வந்திடும். வயசாகலியேன்னு பார்க்கிறேன்' என்றார். ஆனால் நான் தேர்தலுக்கு நிற்க மாட்டேன்.''

''ஏன்?''

''எனக்கு இந்த வாழ்க்கை தான் பிடிச்சிருக்கு. இது கலை. கலைக்காக வாழ்வதுதான் எனக்கு இஷ்டம்...'' என்று உதயசூரியன் முகப்பை உதட்டில் வைத்துக் கொள்கிறாள்.

கலை! பிரசாரமும் ஒரு கலையோ? இருக்கலாம். அறுபத்து நான்கு கலைகளில் அதுவும் ஒன்றாக இருக்கலாம்.

வாழ்க்கையில் அரசியல் என்றாலும் அதில் ஒரு முகமாகக் குவிய, திட்டவட்டமாக இளவயசில் ஒரு கோட்பாட்டை வரையறுப்பது சுதந்திர சிந்தனைகளைத் தடைச் செய்வதுதானே? பொதுவுடைமைத் தத்துவ நாடுகளில் இதைக் கண்ணுங் கருத்துமாகச் செய்கிறார்கள். சுதந்திர சிந்தனை என்றாலும், சட்டதிட்டக் கூடுகளில் வளரும் செடியாகவே வளருகிறது. அவளும் அப்படித்தான் அம்மாவனும் அப்படித்தான். அவர்கள், காந்தி என்ற ஒருவர், இலட்சியம் என்று கண்ட சட்டதிட்டங்களுக்கு தம்மைப் பழகிக் கொண்டிருக்கின்றனர். யமுனாவுக்கு டெரிலீனும் காஞ்சிபுரமும் பிடிக்கவில்லை. பழக்கந்தானே காரணம்?

ஆனால்... இப்போதெல்லாம் காந்தியடிகளின் பெயரைச் சொன்னாலே அவள் மனமொன்றி விடுவதில்லை. அது குருட்டு பக்தி என்று அறிவு குறுக்கிடுகிறது. சத்திய வாழ்வு வாழ முடியுமா என்று அவர் தம்மைச் சோதனைக்குள்ளாக்கிக் கொண்டார். வெற்றியின் பிசிறுகளை உலகம் கண்டு கொண்டது. அவருடைய மட்டத்துக்கு கோடானு கோடியும் உயர முடியுமா? ஆழ்ந்து சிந்தனை செய்தால் சுதீர் கூறினாற் போல் வாழ்க்கையில் ஒரு போலித்தனம் வளரவே அவர் வழி காட்டி இருக்கிறார்...

திடீரென்று எங்கோ வழிமாறிப் போவது போல் குளிர் சிலிர்ப்பு ஓடுகிறது. உடல் குலுங்குகிறது இலேசாக.

"என்னைப் பற்றியே கேட்டியே? நீ இப்போ எங்கே போயிட்டிருக்கே அதைச் சொல்லலியே?"

"நானா? பெரியப்பா வீட்டுக்கு..."

"பட்டணமா?"

"ஆமாம்; பரங்கிமலைக்கும் பல்லாவரத்துக்கும் நடுவே வீடு... சந்தானம்னு, செகரிடேரியட்லேருந்து ரிடையராகி இருக்கிறார்."

"போன முனிசிபல் எலெக்ஷனில் சுதந்திரக் கட்சியிலே நின்னாரே அவரா?"

"ஆமாம். அப்படின்னு என்னை வரச்சொல்லி லெட்டர் கூட எழுதியிருந்தார்."

"நீ ஏன் வந்திருக்கக் கூடாது. யமு? நான் கூட்டணி பிரசாரத்துக்குப் போயிருந்தேன். அவரு கார் தானே வந்தது? எங்க மாமனுக்கு ரொம்ப வேண்டியவர். புத்தி வாக்கம் தொகுதியிலே எங்க மாமன் சட்டமன்றத்துக்கு நின்னு வெற்றி பெற்றப்ப சந்தானமையரு கூட்டணிப் பக்கம் இருந்தாரே?"

"ஓ...?"

"நீ ஏன் வரலே?"

"எனக்கு அரசியல்னா பயமாயிருக்கு அருணா."

"நீ இப்படிச் சொல்வது தப்பு. ஆளுங்கட்சியோடு கூட்டா இருக்கிறப்ப உனக்கென்ன பயம்..."

"எனக்கு உன்னைப் போலெல்லாம் பேசத் தெரியாது அருணா."

"அதெல்லாம் சும்மா. நான் நம்பமாட்டேன். சொகுசா கல்யாணம் கட்டிக்கிட்டு உக்காந்திடுவியோ என்னமோ?"

அருணாவோடு அவளும் சேர்ந்து சிரிக்கிறாள்.

"அதுவும் கூடத் தப்பில்லே..."

அத்தியாயம் 6

சென்டிரலில் பெரியப்பாவின் வீட்டிலிருந்து யாரேனும் வந்திருப்பார்கள் என்று யமுனா எதிர்பார்த்திராமல் இல்லை. பெரியப்பா வயோதிகர். வீட்டோடு இருக்கும் பெரியம்மாவின் விதவைத் தங்கை வெளியில் வரமாட்டாளாக இருக்கும். நீரு, பெரியப்பாவின் மகள் வயிற்றுப் பேத்தி. அவளை எதிர் கொண்டழைக்க வரலாம். ஆனால் அவளுக்குத் திருமணம் நிச்சயமாயிருக்கிறதாம். வருகிறாளோ இல்லையோ? நீருவின் தம்பி ரவி... வரலாம். அல்லது கார்தானே; பெரியப்பாவே வருகிறாரோ? அல்லது ஓட்டி மட்டுமே ரெயிலடி மேடையில் நிற்கிறானோ?

அருணாவை வரவேற்கத்தான் கறுப்பு சிவப்புக் கரைத்துண்டுகளுடன் நாலைந்து பேர் நிற்கின்றனர்.

"நான் வரேன் யமு! ஒரு நாளைக்கு நிச்சயமாக நீ என் நிகழ்ச்சிக்கு வரணும்!" என்று விடை பெற்றுக் கொண்டு அருணா கைப்பையை ஆட்டிக் கொண்டு குதி உயர்த்தும் குமிழ் செருப்பு டக்டக்கென்று ஒலிக்க நடந்து செல்கிறாள்.

கைப்பெட்டியும் கையுமாக யமுனா இறங்கிச் சில நிமிடங்கள் கூட்டம் கலைவதைப் பார்த்துக் கொண்டு நிற்கிறாள்.

அப்போதுதான் நீண்ட கதர் ஜிப்பா. கறுப்புக் கரையிட்ட கதர் வேட்டி ஆகிய கோலத்துடன் ஓர் இளைஞன் அவளை நோக்கி வருகிறான்.

செந்தாழை நிறம், அந்தணன் என்ற நிலைக்குரிய மென்மையையோ, மேன்மையையோ உடனே ஏற்றி வைத்துவிட முடியாமல் முகத்தில் ஒரு முரட்டுத்தனம் தெரிகிறது. கண்கள் இலேசாகச் சிவந்திருக்கின்றன. வெற்றிலை, சிகரெட் பழக்கம் உண்டு என்று அறிவிக்கும் உதடுகள், முடி வெட்டிக் கொள்ள நேரம் இல்லாது போன்றதொரு கிராப்பு.

"நமஸ்காரம்." குரலில் சுரசுரப்பு. கைகள் குவிகின்றன.

"நமஸ்காரம். நீங்கள்..."

"இந்துநாத்! தென்வட்டம் யூத் காங்கிரஸ் லீடர். நேத்துதான் நீங்க வரதா பெரியப்பா சொன்னார். வாங்கோ வண்டி வெளியே இருக்கு..."

இப்படி அரசியல் கலப்பட வரவேற்பை அவள் சற்றும் எதிர் நோக்கி இருக்கவில்லை.

அவளுக்குத் தெரிந்து பெரியப்பா கதர் உடுத்தியவரல்ல. அந்தக் காலத்தில் குடும்பத்துக்கு ஒட்டாமல் போய்விட்டான் என்று தந்தையைப் பற்றி கண்டவர்களிடமெல்லாம் குற்றம் சொல்வாராம். சென்ற தடவை அவள் பெரிய தந்தையின் வீட்டில் சில நாட்கள் தங்கிய போது கூடக் காங்கிரஸின் கொள்கைகளை வாயில் வறுத்து அரைத்துக் கொண்டிருந்தார். இந்த இளம் காங்கிரஸ் தலைவன் பெரியப்பாவுக்கு வேண்டியவன் தானா?

"பெட்டியை இப்படிக் கொடுங்க?" என்று அவன் கேட்க, அவள் பரவாயில்லை என்று தடுக்க இறுதியில் சற்றுப் பலமாகவே பிடுங்கினாற் போல் பெற்று, கூட வந்த ஒரு போர்ட்டர் தலையில் வைக்கிறான்.

“எனக்கு எத்தனையோ நாளாக உங்களைப் பார்க்க வேண்டுமென்றே ஆவல்! பெரியப்பா சொன்னார். நானே அழைச்சிண்டு வந்துடரேன்னு கிளம்பிட்டேன். சர்வசேவா சங்கத்துக்காரா ஏதோ மீட்டிங்குக்கெல்லாம் ஏற்பாடு பண்றதாகச் சொன்னார். நீங்க பேசாம எங்கிட்ட விட்டுடுங்கோ. நான் திக்கெட்டும் பேர் சொல்றாப்போல விளம்பரம் பண்ணிட மாட்டேன்? லீடர்ஷிப் உங்களைத் தேடி வந்திண்டிருக்கு. உண்மையைச் சொல்லப் போனா, மிஸ் யமுனா, தென்னாடே காத்துக் கிடக்கு. அப்பா, அம்மா, குடும்பமே தேசத் தொண்டர்கள். நாட்டுக்காக விரலசைக்காத கபோதிகள்ளாம் கதரின் பேருக்கே ஒரு கெட்ட பேர் ஏத்த மாட்டிண்டு இன்னிக்கு இம்பாலா காரில் போறப்ப, இப்படியும் ஒரு குடும்பம் இருக்குமான்னு ஆச்சரியப்பட்டேன்...”

நல்ல வேளை, இந்துநாத் அவள் பேசவேண்டுமென்று எதிர்பார்க்கவில்லை. கார்க் கதவைத் திறந்து, “உட்காருங்கள்” என்று உபசரிக்கிறான். புதிய அம்பாஸடர் கார். ஓட்டியும் புதியவனாக இருக்கிறான். அவன் முன்புறம் அமர்ந்து கொள்கிறான். வண்டி சென்டிரலைக் கடக்கிறது. தென்படும் சுவர்களிலெல்லாம் போஸ்டர்கள், சினிமா, அரசியல், இலக்கியம், தனி மனிதப் பிரவாகம் எல்லாமே சுவர்களில்! ஓ! நகரம் நகரம் தான்!

“இந்தப் போலிகளுக்கெல்லாம் சாவு மணி அடித்து உண்மையான தியாகிகளை, நாட்டுப்பற்று உள்ளங்களைச் சேர்த்து, அரசியலைப் புனிதமாக வளர்க்க வேண்டும் என்ற நோக்கத்துடனே நான் அரசியலுக்கு வந்தேன் மிஸ் யமுனா. நான் ஏற்கெனவே நம் வட்டத்திலேயே நாலு கூட்டங்களுக்கு காந்தி நூற்றாண்டு விழாக் கொண்டாட ஏற்பாடு பண்ணியாச்சு. உங்களுக்கு நல்ல பின்னணி, படிப்பு, பர்ஸனாலிட்டி, பெண்ங்கற கிளாமர் எல்லாம் இருக்கு. நீங்க சும்மா மேடையில் நின்னாலே போதும், கூட்டம் தன்னால மயங்கிடும்” என்று சொல்லிவிட்டு அவன் கண்ணாடியில் அவள் முகம் தெரியாதபடி நகர்ந்து கொள்கிறான்.

“நீங்கள் நினைப்பதுபோல் என் எண்ணங்களில் பொதுக் கூட்டங்களும் தலைமைப் பதவியும் கொஞ்சமும் கிடையாது. உண்மையைச் சொல்லப் போனால் நான் தப்பித் தவறிக் கூட அரசியல் பக்கமே போக விரும்பவில்லை.”

“அப்பா?” அவன் சட்டென்று அவளைத் திரும்பிப் பார்க்கிறான்.

அவள் புன்னகை செய்கிறாள். நீண்ட முடி வறட்சியாகப் பறந்து முகத்தை மறைக்க வந்து விழுவதே அழகாக இருக்கிறது. நீலத்தில் கறுப்புப் பூ எல்லைக் கட்டிய கதர்ச் சேலை. புதைய புதைய அதே மாதிரியான சோளி. கைகளில் இரண்டு கண்ணாடி வளையல்கள். அணிமணிகள் வேறொன்றுமே இல்லையெனினும் அடுக்கு நந்தியா வட்டை மலர்ந்தாற் போன்ற புன்னகை முகம்.

“மிஸ் யமுனா, நம்முடைய நட்பு பிரமாதமான பலனைக் கொடுக்கப் போறதுன்னு நிச்சயமாக நான் நம்பறேன். அதனால் முதலிலேயே உங்கள் கருத்து தப்புன்னு சொல்லக் கூடாதுன்னு பார்க்கிறேன். இந்த மாதிரி

இன்டலக்ச்சுவல்களெல்லாம் ஒதுங்கி ஒதுங்கித்தான் இன்னிக்கு அரசியல் சாக்கடை மட்டத்துக்கு வந்திருக்கு..."

சில வினாடிகள் மௌனம்.

தொடர்ந்து விடுவிடென்று கேட்கிறான்.

"அரசியல் வேண்டாம்! அப்ப சர்வோதயம் அது இதெல்லாம் எப்படிச் செயல்படும்? பேப்பரில் ஒரு நாலு வரிச் செய்தி போட வேண்டுமானால் அதற்கு ஒரு மந்திரி பேர் இருந்தால் தான் வரது. அரசியல் பதவிங்கற துருப்புச் சீட்டு இல்லாம ஒண்ணும் நடக்காது. அதனால் அரசியல் பதவியைச் சம்பாதிக்க முதலில் முயற்சி செய்யணும். அதில்லாமல் ஒரு சுக்கும் நடக்காது..."

யமுனா மௌனமாகிறாள்.

அவர்களுடைய கானகப் பகுதியில் அரசியல் கூட்டங்கள் நடப்பதில்லை என்றாலும் பல இடங்களிலும் அவள் அரசியல் கூட்டங்கள் கேட்டதில்லையா? எதிர்க்கட்சிக்காரர்கள் பன்றியை கழுதையைக் கூட்டத்தில் புகுத்துவார்கள். கட்சித் தலைகளின் நடத்தைகளில் அவதூறுகளைக் கோத்து வீசுவார்கள். அடுக்கு மொழி அலங்காரங்கள்; நீதி நூல்களிலிருந்து மேற்கோள்கள் - சொற்களே ஆயுதங்கள்! அத்தகைய அரங்குகளுக்கா அவள் தயாராக வேண்டும்?

அவளால் அதை ஒப்ப முடியவில்லை. உயர் பண்புகளுடைய பெண் ஒருத்தியின் மனசில் கற்பு நெறி எப்படி வேரூன்றியிருக்குமோ, அப்படித் தீர்மானமான அரசியல் பதவிகளைச் சாராத பொறுப்புக்குரியவளாகவே அவள் தன்னை வளர்த்துக் கொண்டிருக்கிறாள். அந்த வெறுப்பு அவள் சுற்றுமுற்றும் கண்டறிந்ததால் வளர்ந்ததுதான்.

தொடக்கமே குழப்பம். வீடு வரும் வரையில் அவள் பேசவில்லை. பொட்டலில் ஒரு பசுந்தீவு - மாஞ்சோலையிடையே பெரியப்பாவின் பங்களா காட்சியளிக்கிறது. அங்கே அவர் வீடு கட்டிய காலத்தில் ரெயில் நிலையம் இருந்த ஒன்றரை மைல் தொலைவுக்கும் சில குடிசைகளைத் தவிர சுற்று வட்டத்தில் ஒரு வீடு கிடையாது. இப்போதோ அழகழகாகச் செப்புகள் போல் இங்கொன்றும் அங்கொன்றுமாக வீடுகள் எழும்பியிருக்கின்றன. போட்டி போட்டுக் கொண்டு குடிசைகளும் கட்சிக் கொடிகளும், தேநீர்க் கடைகளும் சாக்கடைகளும் பெருகி இருக்கின்றன. கடைவீதி ஒன்று குடிசைகளைப் பிரித்துக் கொண்டு வட்டத்தில் முதுகெலும்புபோல் ஓடுகிறது. நசநசவென்று குழந்தைகள் தெரியும் ஒரு கூரைக் கொட்டகை - பள்ளிக்கூடம் போலிருக்கிறது. தையற் கடைகள், கசாப்பு, மின்கடை, லாண்டிரி, சைக்கிள் கடை, அடகுக் கடைகள்...!

கடைகள், மனிதர்கள், அரசியல் கட்சிகள், தெருக்கள், குடிசைகள், சாக்கடைகள், கடன்காரர்கள்... இவை வளர்ச்சியின் அம்சங்கள் தாமோ? வளமையின் அறிகுறிகள் தாமோ?

வண்டி மரத்தடியில் வந்து நிற்கிறது. கதவை அறைந்த ஓசை கேட்டுச் சோடாபுட்டி மூக்குக் கண்ணாடியும் டிரான்சிஸ்டர் கையுமாக ரவி வருகிறான்.

"என்ன ரவி?"

ரவி ஒரு சிரிப்புச் சிரித்துத் தலையை ஆட்டிவிட்டு உள்ளே ஓடுகிறான். இந்துநாத் "தாத்தா இருக்காரா? பரவாயில்லை. பூஜையில் இருந்தால் கூப்பிட வேண்டாம். அப்புறம் வந்து பார்க்கறேனென்று சொல்! நான் வருகிறேன் மிஸ் யமுனா" என்று அவளுடைய பதிலுக்குக் காத்திராமல் சொல்லிவிட்டுப் போகிறான்.

நீரு மாடிப்படியிலிருந்து விரைந்து இறங்கி வருகிறாள். ஓடி வந்து தழுவிக் கொள்கிறாள். உள்ளிருந்து சின்னம்மா ஈரக்கூந்தலும் நெற்றி நடுவில் துளி நீறுமாக வந்து புன்னகையுடன் வரவேற்கிறாள்.

நீரு எப்படி வளர்ந்திருக்கிறாள்? பாவாடை தாவணியுடன் இல்லை. நல்ல உயரம், பருமன், மஞ்சளில் இளம் பச்சை இலைகள் அச்சிட்ட நைலக்ஸ் - அதே கடுகு மஞ்சளில் குட்டைக் கையும் அரை முதுகுமாகச் சோளி.

"பழனி! பெட்டியை மாடியில் கொண்டு வை" என்று உத்தரவிடுகிறாள் சின்னம்மா. இடுப்பு நிஜாரைச் செருகிக் கொண்டு வெற்று மேனியாய் ஒரு பத்து வயதுப் பையன் பெட்டியைத் தூக்கிக் கொண்டு போகிறான்.

முன்பு மாடியில் ஓர் அறையும் வராந்தாவுந்தான் இருந்த நினைவு - இப்போது இரண்டு பக்கங்களும் இரண்டு படுக்கை அறைகள், குளியலறைகள் இருக்கின்றன. மொஸெய்க் தரையில் முகம் தெரிகிறது. நீருவின் அறையில் நுரை மெத்தைப் படுக்கையில் நேர்த்தியான பூவிரிப்பு. மெல்ல விசிறி சுழல்கிறது. ஓரத்தில் முகம் பார்க்கும் கோழி முட்டை வடிவக் கண்ணாடி கூடிய ஒப்பனை மேசை. அதில் தான் எத்தனை வகையான குப்பிகள், ஜாடிகள்!

"நீ இங்கே குளிச்சு டிரஸ் பண்ணிக் கொள்ளலாம் யமு. கிணற்றில் 'போர்' போட்டப்புறம் மேலே தண்ணீர் கொட்டுகிறது. ஒரு கெய்ஸர் வாங்கி வையுங்கோன்னா தாத்தாவுக்கு இன்னும் மனசு வரல..."

"பரவாயில்லை நீரு. நான் கிணற்றங்கரையிலேயே துவைத்துக் குளிப்பேன். எனக்கு இந்த ஆடம்பரங்கள் தான் பழக்கமில்லை..."

"அதெல்லாம் உங்க காட்டிலேதான் தலையெழுத்து. இங்கே என்ன கஷ்டம்! பழனி! பழனி! அம்மாவுக்கு வெந்நீர் இங்கே கொண்டு வை!"

"எனக்கு வெந்நீரே வேண்டாம். நான் என்ன மாப்பிள்ளையா, இப்படி உபசாரத்துக்கு?"

இதற்குள் சின்னம்மா காப்பியை எடுத்துக் கொண்டு வருகிறாள்.

"அடடா... நீங்க ஏங்க எடுத்து வரணும்?..."

சின்னம்மா பதிலுக்கு புன்னகையுடன் போகிறாள்.

குளியலறையில் அமிழ்ந்து குளிக்கும் பிளாஸ்டிக் தொட்டி, துடைக்கும் துண்டுகள், சோப்பு வாசனைகள். இரண்டு வாளிகளில் வெந்நீர் வருகிறது.

இத்தகைய ஆடம்பரங்களை யமுனா முன்பு இங்கு கண்டதில்லை. வாழ்க்கையின் இன்பங்களெல்லாம் இத்தகைய சுகங்களில்தான் இருக்கின்றன என்று தான் எல்லோரும் கருதுகிறார்கள்.

நீரு கல்லூரியில் புகுந்த முதல் ஆண்டே தவறிப் போனாள்.

தந்தை உத்தரப்பிரதேசத்திலோ ராஜஸ்தானத்திலோ ஐ.ஏ.எஸ். வர்க்கம். இவளும் ரவியும் படிப்புக்காகவே பாட்டனார் வீட்டில் தங்கி இருக்கின்றனர். தோழிகள் அரட்டை. வஞ்சனையில்லாத நாவுக்கு வேண்டிய நல்ல உண்டிகள். சினிமாக்கள் - இப்படி உல்லாசப் பொழுது போக்காக இவளுக்குப் போகின்றன நாட்கள். மேனி சம்பங்கிப் பூவின் மென்மையோடு மினுமினுக்கிறது. இனி... திருமணம்.

உலர்ந்த சேலையை உடுத்திக் கொண்டு தலையில் துண்டுடன் அவள் வெளியே வருகையில் மாடியில் யாருமே இல்லை போலிருக்கிறது.

"நீரு?..." என்று திரையைத் தள்ளிக் கொண்டு ஓரடி வைத்தவள் திடுக்கிட்டாற் போல் பின்வாங்குகிறாள்.

ஆயிரம் கோணல்களாக உடல் குறுகுறு போல் தோன்றுகிறது.

பம்பாய் டையிங் விளம்பரத்தில் காணும் ஆண் மகனைப் போல் ஓர் ஆடவன். நீரு அவன் மார்போடு ஒட்டிக் கிடக்கிறாள்.

யார்... இவன் தாம்... இவர் தாம்... அவளுக்கு நிச்சயிக்கப் பட்ட....

பட்டுத் துணியைக் கொண்டு மூடினாற் போல் செவிகள் சூடேற, வாளியில் சேலையைப் போட்டு வந்து ரெயிலமுக்குப் போகத் துவைத்துத் தோட்டத்தில் உலர்த்துகிறாள்.

பெரியப்பா எத்தனை நேரமாகப் பூஜை செய்கிறார்.

மோடாவில் நாள்தாள் கிடக்கிறது. ஊஞ்சற்பலகையில் யாருமில்லை.

பூஜை அறைப் பக்கமிருந்து தான் மனசைக் கவ்வும் பத்தி வாசனை வருகிறது. சின்னம்மா நிவேதனம் கொண்டு போகிறாள்.

யமுனா இருப்புக் கொள்ளாமல் நாள்தாளைப் பிரித்துப் பார்க்கிறாள்.

பாங்கி தேசியமயச் சட்டம் லோக்சபாவுக்கு வந்திருக்கிறது. சந்திரப் பிரயாண விவரங்கள்; பாராட்டுதல்கள்... கட்சிப் பிளவின் காரசாரத் தாக்குதல்கள்.

மனம் பதியவில்லை.

மெள்ளப் பூஜை அறைப் பக்கம் செல்கிறாள்.

அடிவைக்குமுன் தூக்கி வாரிப் போடுகிறது, அங்கிருந்து வரும் ஒலி.

"மலையாளத்தான் இருக்கும் வரை உருப்படாது..."

'பெரியப்பா யாரிடம் என்ன பேசுகிறார்?'

"ஏதோ ஒரு பையனைச் சுமாராகப் பார்த்து இந்தப் பெண்ணை, நம்மாலானது, பிடிச்சுக் கொடுக்கலாம்னு பார்க்கிறேன். காந்தியாவது பிரசாரமாவது?"

ஒட்டுக் கேட்பது இரத்தத்தைச் சுவைப்பதற்கொப்ப அருவருப்பைக் கொடுக்கிறது.

"என்ன பெரியப்பா? பூஜையின் போது பேசமாட்டீர்கள் என்று வெளியே இருந்தேன். பேச்சுக் குரல் கேட்டது. பூஜையின் இடைவேளையா?"

"உன்னைப் பத்தித்தான் கேட்டேன். இந்துநாத் வந்திருந்தானா?"

"உம்..."

பெரியப்பா கற்பூரத்தைக் கொளுத்திச் சம்புடத்திலுள்ள சாளக்கிராமங்களுக்குக் காட்டுகிறார். பெரியப்பா நல்ல சிவப்பு. வெளியில் அலையாத மினுமினுப்பு; தலை முழுதும் வழுக்கை.

"கற்பூரம் ஒத்திக் கொள்..."

காதில் துளசியுடன், கழுத்தில் உருத்திராட்ச மாலையுடன் அபிஷேக நீரைக் கொடுக்கிறார். உள்ளுக்குள் ஏதோ ஒன்று கையை நீட்டாதே என்று தடுக்கிறது.

'மலையாளத்தான் யார்?...யாரை...?'

அபிஷேக நீரை வாங்கிக் கொள்கிறாள். பூவை ஈரக் குழலில் சூடிக் கொள்கிறாள். சின்னம்மாவுடன் விழுந்து வணங்குகிறாள். உள்ளுணர்வு என்ற ஒன்று அந்தச் சொல்லில் பொங்கி எழுகிறது. அவள் பட்டும்படாமலும் இயங்குகிறாள்.

அத்தியாயம் 7

பெரியப்பா பூஜையை முடித்துவிட்டு ஒரு வெள்ளித் தம்ளர் நிறையப் பாலைப் பருகுகிறார். காதில் துளசியுடன் ஊஞ்சலில் வந்து உட்காருகிறார். நீருவும் அவளுடைய வருங்காலக் கணவனும் காரில் ஏறிக் கொண்டு நகைக் கடைக்குச் செல்வதாகக் கூறிவிட்டுப் போகின்றனர். ரவி கல்லூரிக்குப் போய்விட்டான். சின்னம்மா சமையல்கட்டுக்குப் போகிறாள்.

“அப்புறம்?”

யமுனா அவரை நிமிர்ந்து நோக்குகிறாள்.

“உங்கப்பா ஏதானும் பாங்கியில் பணம் போட்டிருக்கிறானா?”

யமுனா கைவிரலால் ஊஞ்சற்பலகையில் கோலமிடுகிறாள் தலைகுனிந்த வண்ணம்.

“எதற்குக் கேட்கிறீர்கள் பெரியப்பா?”

“எதற்கா? உனக்குக் கல்யாணம் பண்ண வேண்டாமா? குறைந்த பட்சம் இருபது வேணுமே?”

“நான் அப்படியெல்லாம் கல்யாணம் செய்து கொள்ளப் போவதாக இல்லை பெரியப்பா. அப்பா உங்களுக்கு எழுதவில்லை?”

“அவன் கிடக்கிறான். அந்த சர்வ சேவா சங்கத்துக்காரனும் கூட வந்து போனான். என்ன அசட்டுத்தனம்? பின் உன் வயசுப் பெண் எனக்குக் கல்யாணம் செய்துவையென்றா சொல்வாள்? இந்த வயசில் கன்னியாக இருப்பேன்; சமூக சேவை செய்வேன்னு சொல்றதுதான். இப்படிச் சொன்னதுங்க மனசு தெரியாமப் பெத்தவங்களும் இருந்தா பஸ்ஸைத் தவறவிட்டாப் போல வாழ்க்கையைத் தவற விட்டுவிட்டுத் தலை நரைச்சும் தளர்ந்தும் போகிறதுங்க?”

“நான் அதைச் சொல்லலே பெரியப்பா, எனக்குக் கல்யாணம்னா, வரதட்சணை கேட்கிறவர்களுக்கு நானே சம்மதிக்க மாட்டேன் என்று சொல்ல வந்தேன்.”

“ஓகோ, அதைச் சொல்றியா?” என்று பெரியப்பா சிரிக்கிறார். அத்தனை பொய்ப் பற்களும் அழகாக இருக்கின்றன.

“நல்ல பிரதிக்ஞைதான். அதற்காக நீ நம் வீட்டு அடுக்களை ஒத்தாசைக்கு வரும் பையனைக் கல்யாணம் செய்து கொள்ள முடியுமா? ஒரு எஸ்.எஸ்.எல்.ஸி. படிச்ச கிளார்க்குன்னா இரண்டாயிரம் கையில்; நகை, நட்டு, பாத்திரம், கல்யாணம், ஜவுளி இப்படீன்னு பதினைஞ்சுக்குப் போகிறது. அப்ப நீ ’கிளார்க்கை’க் கல்யாணம் பண்ணிக்கிறேன்னாலும் அவன் சம்மதிக்க மாட்டான். ’எம்.ஏ.யா? வேண்டாம்’பான். நீருவை நான் ஏன் டிகிரியே வேண்டான்னு வச்சேன்? நாம வேலைக்கா அனுப்பப் போகிறோம்? பெண்கள் வேலை செய்ய வந்தப்புறம் எந்த ஆபீஸ் உருப்படுகிறது? இல்லை ராஜ்யம் தான் உருப்படுகிறதா?”

யமுனாவுக்குப் பொங்கி வருகிறது. ஆனால் நா எழும்பவில்லை. இந்த இடத்திற்கு வந்ததே தப்போ? அப்படியில்லை இங்கேதான் முட்டி மோதிக் கொள்ள வேண்டும்.

“உங்களைப் போன்ற பெரியவர்கள் இப்படிப் பேசினால் எப்படி பெரியப்பா? எங்களுக்கு நம்பிக்கை கொடுக்க வேண்டும் நீங்கள்...”

“என்ன நம்பிக்கையை இன்னும் கொடுப்பது? பார்வதியின் மாமா சாகும்வரை என்னிடம் சொல்லாத நாளில்லை. அப்பவே உங்கப்பாவுக்குப் பெண்ணைக் கொடுத்து நர்ஸிங்ஹோம் வச்சுத் தரேன்னார். லட்ச லட்சமாச் சம்பாதிக்கிறான், அவனோடு படிச்ச பூவராகவன். இப்ப... எங்கேயோ போய்ச் சேர்ந்தான். காந்தி பேரைச் சொல்லிட்டு எவனெவனெல்லாமோ உச்சிப் பதவியில் உக்காந்திருக்கிறான். அப்படியேனும் புண்ணியம் உண்டா? நானேனும் பூஞ்சை. வயிரம் பாய்ந்த கட்டையாக இருப்பான். எப்படிக் கைகால் விளங்காது படுக்கை போட்டுட்டது?... எல்லாம் அந்த ஆண்டவனுக்குத் தெரியும். இந்தக் கல்யாணம் பண்ணிக் கொண்டதிலேந்து... ஹூம் அதெல்லாம் இப்ப எதுக்கு? மலையாளத்தானே மந்திரம் தந்திரம் வைப்பு ஏவல்னு தொழில் செய்றவன். யார் என்ன செய்தானோ?”

ஒரே புரட்டலாகத் தலைமீறிக் கொண்டு வருகிறது ஆத்திரம். பெரியப்பா இத்தனை நாட்களில் இவ்வளவு வெளிப்படையாகப் பேசியதில்லை. முகம் சிவக்க உளம் குமுற தலை நிமிராமல் கொதித்துக் கொண்டிருக்கிறாள்.

“ஐம்பத்தேழில் இங்கே வந்திருந்தானே, அப்பத்தான் மனசுவிட்டுப் பேசினான். ’எனக்கே ஒண்ணும் பிடிக்கலே அண்ணா. காந்திஜி நினைச்சபடி நடக்கலே. எல்லாம் சுயநலமும், பதவி ஆசையுமாகப் போய்விட்டது என்ன பண்றது? காலம் கடந்து போய்விட்டது, இனிமே வேற விதமாக வாழ்க்கையை அமைத்துக் கொள்ள முடியாது. ஒரு சட்டத்தில் புகுந்தாச்சு. அவ்வளவுதான். ஓரோரு சமயம் இந்தப் பெண் குழந்தையை நல்லபடி வளர்த்துக் கல்யாணம் செய்து கொடுக்க வேண்டும் என்ற கவலை தான் தோணுறது’ன்னான். ’அதுக்கு ஏண்டா நீ கவலைப்படறே, நான் பார்த்துக்கறேன்’னு கூடச் சொன்னேன். இப்ப அங்க ஸ்கூல் நடக்க, கவர்மெண்ட் கிராண்ட் ஏதானும் வரதா?”

அவளுக்கு மறுமொழி கூறப் பிடிக்கவில்லை.

அந்த இருட்டுக் காட்டிலே, ராட்சஸச் சக்கரங்கள் சுழன்று தேஜோ மயமாக ஒளியை உமிழ்ந்து கொண்டிருக்கும் காட்சிகளைப் பார்த்திருப்பாரா இவர்? எங்கிருந்தோ குடும்பம் குடும்பமாய்ப் பஞ்ச, பனாதைகளும் வந்து கல்லுடைத்து வயிறு பிழைத்து, தேரும் திருநாளும் கொண்டாடியதைப் பார்த்திருப்பாரா? விளக்கென்றால் இன்னதென்று தெரியாமல் காட்டுக்குள் என்றோ வலை வைத்துப் பிடித்த விலங்குகளின் இறைச்சியை அடுப்படியில் கட்டித் தொங்கவிட்டு அடுத்த விலங்கு விழும் வரை வைத்து உண்டும், உண்ண ஒன்றுமிராமல் பட்டினி கிடந்தும் மலேரியாவிலும், அறியாமை நோய்களிலும் சீழ் பிடித்து நெளிந்த சமுதாயம் இன்றைக்கு ஒளியிலே சிரிக்கும் காட்சிகளைக் கண்டு அந்தப் பெருமிதத்தை அநுபவித்திருப்பாரா? ரங்கிக்கும் முருகிக்கும் பிரேமா குதித்துக் குதித்துக் கோலாட்டம் சொல்லிக் கொடுக்கையில் அவர்களின் முகங்களில் மலரும் உற்சாகங்களைக் கண்டிருப்பாரா?

காரும் பங்களாவுந்தான் முன்னேற்றம் என்பதை அவர் கண்டிருக்கிறார். மனிதன் மனிதனாக வாழப் பயில்வதே முன்னேற்றம் என்பதை அவள் கண்டிருக்கிறாள். தந்தை நோயில் விழுமுன், ஒவ்வொரு கானக மூலையாகத் தேடிக் கொண்டு எளியவருக்குச் சிகிச்சை செய்யப் போவார். அவரை ஒரு தேவகுமாரனுக்கு மேலாக இன்றும் அவர்கள் போற்றுகின்றனர். அவரா இவரிடம் அந்தச் சேவை வாழ்க்கையைப் பற்றிக் குறைபட்டிருப்பார்! அப்படியே அம்மை அப்பாவை வழி திருப்பி விட்ட குற்றத்தைச் செய்திருப்பவளானால் அது வாழ்த்தப்பட வேண்டியதன்றோ...? அம்மா... அம்மாவையா...?

கண்கள் நிறைந்து விடுகின்றன அவளுக்கு.

“நீ எதுக்கு அழறே, இப்ப? உனக்கு வயசு வந்தாயிட்டது. உண்மை தெரியணும்னு சொல்றேன். நான் பதினாலு வயசில் குடும்பப் பொறுப்பை ஏத்துக் கொண்டவன். பெரிய படிப்புப் படிக்கணும்னு ஆசைப்பட்டேன், முடியல்ல. உங்கப்பாவுக்கு அந்தப் படிப்பு வேணும்னு பதினெட்டு வயசில் கிளார்க் வேலைக்குப் போனேன். ஆயிரத்துக்கு மேலே சம்பளம் வாங்கினேன். டிராஃப்ட் எழுதினா இங்கிலீஷ் துரையெல்லாம் அசந்து போயிடுவான். மூணு தங்கையைக் கல்யாணம் பண்ணிக் கொடுத்து, நல்லது பொல்லாதது ஒண்ணு விடாமல் செய்திருக்கிறேன். உங்கப்பா குடும்பத்துக்கு என்ன செய்தான்? உங்க பாட்டி... எங்கம்மா... சாகும்வரை ஒரு முழத்துணி அவன் கையால வாங்கிக் கொடுத்து உடுத்தியதில்லை. இதெல்லாம் எதற்குச் சொல்றேன்னா... ஸில்லியா ஏன் அழறே இப்ப?”

கண்களைத் துடைத்துக் கொள்கையில் அவளுக்கு உள்ளூற நாணமாக இருக்கிறது.

“அதுதான், உங்கப்பா பண்ணின தப்பைப் பண்ணாமல் நல்லபடியாக வாழணும்னு சொல்றேன். ஏதோ கல்யாணம் ஆகும் வரைக்கும் ஏதானும் வேலை செய். ஆசைக்கு மீட்டிங்கிலே பேசு, லேடீஸ் கிளப்புக்குப் போ. ஆனால் அதெல்லாம் உறுதியில்லே...”

ஒரே குழப்பமாக இருக்கிறது. நல்ல குடும்பம். குடும்பத்தை நல்லபடியாகக் கொண்டு வந்தாலே சமுதாயம் சிறக்கும். ஆனால் அப்பாவும் அம்மாவும் தப்பா செய்தார்கள்? எங்கே இருள் மண்டிக் கிடக்கிறதென்று தேடிப் போய் ஒளிரச் செய்ய முயன்றது தப்பா?

“நேத்து நரசிம்மனைப் பார்த்தேன். ’எங்க கம்பெனில நாங்க லேடீஸை வேலைக்கு எடுக்கவே தயங்கறோம். அவங்க வந்தா கல்யாணம், பிறகு மெடர்னிடி லீவு... லீவுக்குப் பதிலாள்... ரெட்டைப்படிச் செலவு... கம்பெனிக்கு நஷ்டம்! என்னதான் ஆயிரம் சமம்னாலும் நாங்க வருஷக் கடைசின்னா ராப்பகலாய் ஆஃபீஸீல் உட்கார்ந்து வேலை செய்வோம். அதுங்களைக் கேக்க முடியுமா? அங்கேயே கண்ணிலே தண்ணி விட்டு அழுதிடுங்க”ன்னான் - நியாயந்தானே?” என்று நிறுத்துகிறார்.

அவளுக்கு என்ன பேசுவதென்றே புரியவில்லை.

“உனக்கு ஜாதகம் ஏதானும் இருக்கா? உங்கப்பாவுக்கு எழுதினால் பதிலே கிடையாது. இப்பக்கூட அந்த மலையாளத்தான் தான் மீட்டிங் அது இதுன்னு எழுதினான். நீ முதலில் இங்கே வரட்டும், பார்ப்போம்னு

நான் ஒண்ணும் சொல்லலே. எல்லாம் மேலுக்கு சாதி இல்லே சனமில்லேன்னு சொல்றானே ஒழிய, கிட்டிமுட்டி சம்பந்தம்னு தூண்டி துளைச்சுக் கேட்பானுக. அதனால நீ இங்கே தானிருக்கணும். நீரு கல்யாணமானதும் உனக்கும் நல்ல வரனைப் பார்த்துக் கட்டி வச்சிடறேன். என் கடமையாய். அதுவரைக்கும் ஏதோ மீட்டிங், அது இதுன்னு பொழுதைப் போக்கிட்டிரு… என்ன?"

எதைச் சொல்வது? எலிப்பொறியில் சிக்கிக் கொண்டாற் போல் இருந்தது. அந்த இலட்சியத்துக்கும் இந்த நடப்புக்குமிடையே பாலம் போடுவதைப் பற்றிக் கனவிலும் கருத முடியாதென்று தோன்றுகிறது. குனிந்த தலை நிமிராமல் நிற்பதைத் தவிர வேறொன்றும் செய்ய முடியவில்லை.

அத்தியாயம் 8

கைக்கடியாரத்தைப் பார்த்துக் கொண்டு யமுனா அரை மணியாகக் காத்து நிற்கிறாள். நீரு புடைவை மாற்றிக் கொண்டு இன்னமும் வரவில்லை. வாசலில் கார் தயாராக நிற்கிறது.

மாடியிலிருந்து வாசக் கலவைகள் காற்றிலேறிச் சவாரி செய்த வண்ணம் நாசியைக் குசலம் விசாரிக்கின்றன. மணிப் பிரவாளப் பேச்சுகள், சிரிப்பொலிகள், பட்டு மென்மைகளின் சரசரப்புக்கள்...

யமுனா எட்டிப் பார்க்கிறாள்.

"நீரு? உனக்கு வர நேரமாகுமா? நான் முன்னே போகட்டுமா?"

"இல்லே...டி! காரிலே போகலாமே?..."

"நீ அஞ்சு நிமிஷம்னு சொன்ன நினைவு. ஒரு மணி நேரம் ஆகப் போகிறது."

"போடி... இந்தக் கொண்டை இப்போதும் சரியில்லை..."

அவளுக்குத் தலையில் குல்லா வைப்பது போல் ஒரு தோழி, அவள் தலையைப் பற்றிக் கோண்டிருக்கிறாள்.

"சரியா இருக்காடி?"

நீரு கண்ணாடியின் முன் வலமும் இடமுமாக அசைந்து பார்க்கையில், "கச்சிதமாய் விழுந்திருக்கு..." என்று தோழி முத்தாய்ப்பு வைக்கிறாள்.

"பின்னே நீ என்ன சொல்லுவே? இது கொஞ்சம் லெஃப்ட்டிலே சாய்ந்தால் தான் இயற்கையாக இருக்கும்!" என்று இன்னொருத்தி வெட்டுகிறாள்.

"முடி கொஞ்சம் இருக்கிறவங்களுக்குத்தான் இது பிரமாதமாக இருக்கும். சைனாபஜாரில் ஒரு கடையில் நைலான் கொண்டை ஆர்டர்படி செய்து கொடுக்கிறான். ரூபமாலாவுக்கு அவன் தான் வாடிக்கை..."

"பின் அங்கேயே போய் 'ஆர்டர்' கொடுக்கலாமாடி?"

கொண்டையை அவிழ்த்து, பின்னலைப் போட்டுக் கொண்டு மீண்டும் ஒரு முக ஒப்பனை - திருத்தம் முடித்து அவள் கிளம்ப மேலும் அரை மணியாகிறது.

"இவதான் யமுனா; எம்.ஏ. பாலிடிக்ஸ் - காந்தி நூற்றாண்டுக்காக இங்கெல்லாம் பேச வந்திருக்கா. என் 'கஸின்' - இவ ரேகா, இவ சுமி, இவ மிருணா..." என்று யமுனாவையும் தோழிகளையும் ஒருவருக்கொருவர் அறிமுகம் செய்து வைக்கிறாள் நீரு.

ரேகா யமுனாவிடம் "நீங்க வேலையாயிருக்கிறீர்களா?" என்று கேட்கிறாள்.

"அதான் சொன்னேனேடி காந்தி ஆசிரமம். இப்பக் கூட்டங்களில் பேசுவது முழு வேலை. இமாசலம் போக வேண்டிய சாது போலக் கதர் தவிர உடுத்த மாட்டாள். ரிக்ஷா ஏற மாட்டாள். நகை... மூச்சு விடக்கூடாது; இவளுக்கு என்ன வயசு இருக்கும்னு நினைக்கிறீங்கடி?"

"ஒரு முப்பது இருக்கும்னு நினைச்சேன்..."

"இல்லே, இருபத்தஞ்சு..."

“சுத்த மண்டுகள்டீ! இவ நாலட்ஜ் நாப்பது ஐம்பதுன்னு கூடச் சொல்லும். ஆனா என்னைவிட ரெண்டு மாசம் சின்னவ...”

“ஆ...” என்று எல்லாரும் வாயைப் பிளந்து கொண்டு அவளைப் பார்க்கின்றனர்.

“உங்க 'கிளப்'பில் வந்து ஒரு நாள் நான் பெண்களுக்கு காந்தி சொன்னதைப் பற்றிப் பேசட்டுமா நீரு?”

“ஏய், ஐடியா! நாமும் நூற்றாண்டு கொண்டாடலாம்! ரேகாவின் தங்கை டான்ஸ் ஆடத் துடியாய்த் துடிக்கிறாள். ஊர் முழுதும் கூட்டி அமர்க்களம் பண்ணி விடலாம். அவளும் எங்கெங்கோ போய்ப் பேசுகிறாள். நாம் விளம்பரம் கொடுக்க வேண்டாம்?”

யமுனாவுக்கு அழுவதா சிரிப்பதா என்று பல சமயங்களில் புரியவில்லை.

அரசியல் வண்ணங்களின்றி உயரிய இலட்சியங்களை இளம் உள்ளங்களில் தோற்றுவிக்க வேண்டும் என்ற நோக்கத்துடன் வந்திருக்கும் அவளுக்கு ஏமாற்றமே மிஞ்சுகிறது. பள்ளிக்கூடங்களிலிருந்து அவளைச் சொற்பொழிவாற்ற அழைக்க வரும் போது, பெரியப்பா, 'என் மகள் என் மகள்!' என்று உறவு கொண்டாடுகிறார். அவர் உத்தியோக நாள்களின் வேடத்தில், மூடிய கோட்டும் வெள்ளை நிஜாரும் அணிந்து, காரில் அவளை அழைத்துச் செல்கிறார். அறிமுகமாக நாலு வார்த்தைகள் பேசும் சந்தர்ப்பத்தையும் தானே எடுத்துக் கொள்கிறார். சிறுவர் சிறுமியர் கட்டிய பசுக்களைப் போல் வந்து உட்கார்ந்திருக்கின்றனர். முடிவில் 'செல்வி யமுனா எம்.ஏ., காந்திய லட்சியவாதி, காந்தி இந்த நூற்றாண்டு கண்ட மாதர்குலமணி' என்றெல்லாம் சம்பந்தமில்லாமல் அடைமொழிகளும் அடுக்கு மொழிகளுமாகப் பாராட்டி நன்றி தெரிவிப்பார்கள்.

“என்ன மரியாதை தெரியுது இதுகளுக்கு? ஒத்தை மாலையை வாங்கி வச்சிருக்கா! மாலைக்கா நீ அங்கேருந்து இங்கே வந்திருக்கே?” என்று பெரியப்பா முணுமுணுக்கவும் சந்தர்ப்பங்கள் அமைகின்றன.

சில பள்ளிக்கூடங்களில் காந்தி கண்காட்சி என்று பத்திரிகை அட்டைப்படங்களை - சினிமாக்காரரர்கள் உட்பட கத்தரித்து ஒட்டி வைத்திருக்கின்றார்கள். “ஓ! காந்தி என்றால் உருகிப் போய்விடுவேன்” என்று நீச்சல் உடை அழகியான திரைத் தாரகையின் கூற்றும் ஓரிடத்தில் இடம் பெற்றிருந்தது.

காந்தியைப் பற்றிய பேச்சுப் போட்டிகளை ஓரிரு சங்கங்களில் ஏற்பாடு செய்தார்கள். அடுக்கு மொழிகள் முதலிடம் பெற்றுச் சொல்லுக்குப் பொருளே தேவையில்லை என்று தான் சிறுவர் சிறுமியர் புரிந்து கொண்டு விளாசினார்கள். ஒரு மாதர் சங்கத்தில், வயிரமும் பட்டும் பளபளப்பை வாரி வீச, சதைகள் உடை மீறிப் பிதுங்கி வழிய ஒரு அம்மாள் தலைமை வகித்தாள் - “காந்தி நம் நாட்டுக்குச் சூது செய்து, வாது செய்து, சுதந்திரம் வாங்கிக் கொடுத்தார்” என்று தொடங்கி, தன்னையும் காந்தியோடு ஒப்பிட்டுப் பேசலானாள். யமுனா 'ஐயோ' என்று தலையில் கையை வைத்துக் கொண்டு உட்கார்ந்திருந்தாள்.

அரசியல் நெடிவீசும் ஆசாமிகள் சில இடங்களில் தலைமை வகிக்க வந்தார்கள். வடநாட்டுக் காந்தியிலிருந்து வழுக்கி, தென்னாட்டுக் காந்தியைப் பற்றிப் பேசி ஒப்புமை கண்டார்கள்.

அன்றாட வாழ்க்கையில் குழந்தைகள், சத்தியம், எளிமை, அஹிம்சை ஆகிய லட்சியங்களோடு வாழ முயல வேண்டும் என்பதுதான் அவள் பேச்சின் சாரம். ஆனால் தலைமை வகித்து முடிவுரை செய்பவர்களோ, நன்றி கூறுபவர்களோ, பேச எழுந்திருக்கும் போதே தன் முயற்சிகள் பயனளிக்கப் போவதில்லை என்ற நிராசையே அவளுக்கு உண்டாயிற்று.

ஊருக்குத் திரும்ப வேண்டும் என்ற துடிதுடிப்பு உந்துகிறது. ஆனால்...

“எங்கே இறங்கணும், யமு?”

நீரு கேட்ட பின் தான் நினைவுலகுக்கு மீள்கிறாள்.

“ஓ..., லஸ் வந்து விட்டதா? இங்கேயே நிறுத்திக் கொள். இறங்கிக் கொள்கிறேன்.”

“நீ இடத்தைச் சொல்லேன்?”

“இதுதான் இடம்.”

யமுனா கதவைத் திறந்து கொண்டு ஒரு சிரிப்பு சிரித்து விடை கொடுக்கிறாள்.

மழை குமுறிக் கொண்டு கொட்டத் தயாராக இருக்கிறது.

பூங்கா வளைவைக் கடந்து விடுவிடென்று நடக்கிறாள். மழைக்கு அஞ்சி ஓடுவது போல் தானிருக்கிறது.

இலட்சலட்சமாய் மக்கள் குடிசைகளில் வெயிலையும் மழையையும் எதிர்த்துப் போராடும் நகரம் என்ற நினைவையே அடியோடு அகற்றும் விசாலமான தோட்டம். வண்ணப் பூக்களும் பூங்கொடிகளும் அணைத்து நிற்கும் பால்கனிகளுடன், கனவுலகக் காட்சியாய்த் தோற்றம் தரும் மாளிகை. வாயிலில் கூண்டு இருக்கிறது. கூர்க்காவைக் காணவில்லை.

அவள் உள்ளே பாதையில் நடக்கிறாள். நேராக மாளிகையின் முகப்புக்குச் செல்லாமல் வலது பக்கமுள்ள சிறிய இல்லத்துக்குச் செல்லும் பாதையில் நடக்கிறாள். ஜன்னல்கள் சாத்தியிருக்கின்றன. கமலம்மா சன்னல்களைச் சாத்த மாட்டாரே? ஸுஸ்வாகதம் என்று பசுங் கீரையினால் எழுதப் பெற்றிருக்கும் முன்வாயில் கோலம் களையிழந்து கிடக்கிறது. வாயிற் கதவிலும் பூட்டு தொங்குகிறது.

ஒரே ஒரு கூடமும் ஒட்டிய பூஜை அறையும் குளியலறையும் கொண்ட இல்லம் சாத்திக் கிடக்கிறது. கூடத்தில் ஊஞ்சற் பலகை தொங்கும். நேர் எதிரே மாமா, சுதீரின் தந்தை, ஆலமரமாய்ப் பரவி நிற்கும் வர்த்தக நிறுவனத்தைத் தோற்றுவித்த முதல்வர், படத்தில் காட்சி தருவார். அந்தக் காலத்தில் கதர் உடுத்தி காந்தி பக்தரானாலும், தொழில் வளர்ச்சிக்கு அந்த இலட்சியங்கள் முட்டுக்கட்டை போடாதவாறு பார்த்துக் கொள்ளத்தானே வேண்டும்? அரசோடு இணங்கி, இணங்க வைத்து, ஆளுங்கட்சிக்கு அள்ளிக் கொடுத்து, சலுகைகளைப் பெற்றுப் பல்கிப் பெருகினார் என்று சொல்லலாம்.

தோட்டத்துப் பின்புறப் பாதையிலும் யாரையும் காணவில்லை. பெரிய மூன்றடுக்கு மாளிகையை நிமிர்ந்து பார்க்கிறாள். வழவழவென்ற

வண்ணச் சுவர்கள் தெரியும் விசாலமான அறைகள்; நேர்த்தியான வாயில் திரைகள். பக்கச் சுவரை ஒட்டி இரண்டு தென்னை மரங்கள் ஓங்கி உயர்ந்து, ஊஞ்சல் தொங்கும் மூன்றாம் மாடி முகப்புக்கு அழகு செய்கின்றன. மண் தொட்டிகளிலிருந்து படாதப் பூங்கொடிகள்; தொங்கும் இழைகளில் ஊசலாடிக் கொண்டு மயங்கச் செய்யும் பசுங்குவியல்கள் - இத்தனை கோலாகலத்திலும் மனிதப் பூண்டைக் காணவில்லையே?

யமுனா வீட்டின் முன்புறம் செல்லாமல் சுற்று வழியிலேயே பின்பக்கம் செல்கிறாள். அங்கே பணியாளர் குடியிருப்புகள் துண்டாக அமைந்திருக்கின்றன. பின்பகுதித் தாழ்வரையில் சமையற் பணியாளர் (சுப்பையா இல்லை) ஒரு கயிற்றுக் கட்டிலில் உட்கார்ந்து திடீர்ச் செய்திகளைச் சுடச்சுடத் தரும் தாளைச் சுவாரசியமாகப் படித்துக் கொண்டிருக்கிறார்.

"...ஏங்க, கமலம்மா இல்லையா?"

அவர் தாளிலிருந்து கண்களை விலக்கி நிமிர்ந்து பார்க்கிறார்.

"இல்லையே."

"ஊரிலில்லையா?"

"ஆமாம். சுவாமிகளைப் பார்க்க சிருங்கேரி போனார் நேத்துதான்."

"ஓ... வர நாளாகுமா?"

"அதெல்லாம் அம்மா ஒண்ணும் சொல்றதில்லை; என்னன்னு விவரம் தெரிவிச்சா, வந்தா சொல்றேன்."

"இங்கே பெரிய வீட்டிலும் யாருமில்லையா?"

"சின்னவரும் சம்சாரமும் ஜப்பான் போயிருக்கா. பெரியம்மா உள்ளே இருப்பார். யாரைப் பார்க்கணும் நீங்க? ரேகா கூட இன்டர்நேஷனல்னு வந்திருக்கும் 'கெஸ்ட்' கூடப் போயிருக்காப்பல..."

"கமலம்மாவைத்தான் பார்க்க வந்தேன், வேறொண்ணுமில்ல..."

அவள் நடக்கத் திரும்புகிறாள்.

அவளுடைய எளிமையான கோலம், கமலம்மாவிடம் ஏதேனும் உதவி கோரி வரும் ஏழைப் பெண்ணாக அவருக்கு உணர்த்தியிருக்க வேண்டும்.

அலட்சியமாக மறுபடியும் நாள்தாளில் கண்களை ஊன்றுகிறார்.

அவள் சட்டெனத் திரும்பி, "கமலம்மா வந்தபின் ஊட்டியிலிருந்து யமுனா வந்திருந்தான்னு சொன்னாப் போதும்" என்று கூறுகிறாள். மறுமொழிக்குக் காத்திராமல் திரும்புகிறாள்.

எத்தனை பெரிய மாளிகை; என்னென்ன வசதிகள்; பெரிய பெரிய காற்றோட்டமான அறைகள் வெறுமையாக இருக்கின்றன. அதே சமயம், சுத்தமும் சுகமும் அண்ட முடியாத சாக்கடைக் குட்டையே தோட்டமாகக் கொண்டு குடிசைகளில் புழுக்களாய் நெளியும் மக்கள்.

மனிதகுலம் நாகரிகப் பாட்டையில் செல்கிறது என்று இந்த மாளிகைகளை மட்டும் பார்த்துக் கொண்டு சொல்பவர்கள் மனச்சாட்சியைக் குழி தோண்டிப் புதைத்தவர்கள் தாம்! வேறென்ன?

மாளிகையிலிருந்து வெளியேறி அவள் பஸ் நிறுத்தத்தில் வந்து நிற்கிறாள். சுவரின் எதிரே வரிசையாகச் சுவரொட்டிகள்; ஒன்றன் மேலொன்றாக நீ முந்தி நான் முந்தி என்று அடிபிடியாகப் பற்றிக்

கொண்ட இடங்களிலெல்லாம் சுவரொட்டிகள். காமக் களியாட்டங்களின் பச்சையான காட்சிகளை, முச்சந்தியிலும் நாற்சந்தியிலும் பெரிய அளவில் வைக்கிறார்கள்; இங்கே கழுத்து நோகாமல் பார்க்கச் சிறிய அளவில் ஸெக்ஸ், காட்டுமிராண்டித்தனமான கொலை, கொள்ளை வன்முறை என்று ஒரு படத்தின் காட்சிகளைப் பற்றிய சுய விளம்பரங்கள். அரசியல்வாதிகளின் சுய விளம்பரங்கள், எல்லாம் போட்டி போட்டுக் கொண்டு சுவரைப் பற்றிக் கொண்டிருக்கின்றன.

மழை இனி தாக்குப் பிடிக்க முடியாது என்று இப்போது தூற்றல்களாக விசிறி விட்டு உடனே வலுக்கிறது. கைப்பையைத் தலைக்கு நேராகச் சரித்துக் கொண்டு, அருகில் தென்படும் கடைப்பக்கம் ஒடி ஒதுங்குகிறாள்.

“ஹலோ...?”

வெள்ளையாகத் தெரியும் ஒரு கொத்திலிருந்து தனியாகப் பிரிந்து வருபவன் போல் இந்துநாத் வருகிறான்.

கறுப்புக்கரை போட்ட கதர் வேட்டி, ஜிப்பா, கையில் ஒரு நீளவாட்டு ஜிப் பை.

“இப்படி உள்ளே வாங்க, மழை விழுகிறதே? எங்கே இப்படி....? உங்களை அப்புறம் பார்க்க வரணும்னு நினைப்பு. தலைவரோடு வெளியே போயிட்டேன். இப்பத்தான் வசந்த நகர் ஸ்கூல்ல நீங்க பேசினதா மீனாட்சி சொன்னா. உங்க மீட்டிங் ஒண்ணு ஏற்பாடு செய்யணும்னு நினைச்சிக்கிட்டிருந்தேன் வந்துட்டீங்க... நூறு வயசு...”

“ஐயையோ? பூமி தாங்காது!” என்று யமுனாவும் சேர்ந்து சிரிக்கிறாள்.

“பி.எம். விசிட் சம்பந்தமா ஏகரகளை, ஒரே சண்டை. இப்ப யாருக்கும் ஒண்ணும் புரியலே. என்னடா வரேன்னு சொல்லிட்டுப் போனானே ஆளையே காணோமேன்னு நினைக்கப் போறீங்க...” என்று குரலை இறக்கி அவன் முடிக்கு முன் யமுனா குறுக்கிடுகிறாள். “நோ நோ... பெரியப்பா தான் சொன்னாரே?”

“அதான் பேப்பரில் பார்த்திருப்பீங்களே? தெருப் பசங்க சண்டை போல ஆயிட்டுது...”

“நீங்க என்ன சம்பந்தமில்லாமல் பேசுறீங்க? நீங்க ரைட்டா, லெஃப்டான்னு தெரிந்து கொள்ளலாமா?”

“அதென்ன அப்படிக் கேட்டுட்டீங்க? ஒரு நாட்டுக்கு ரைட்டும் வேணும், லெஃப்டும் வேணும். இடது கையில்லாம முடியுமா, வலது கையில்லாம முடியுமா?”

“அது சரி...”

“வலது பக்கம் ஆளு அதிகமானால் இடது பக்கமும் இடது பக்கம் பளு அதிகமானால் வலது பக்கமும் சரியத்தானே வேண்டியிருக்கு? அரசியலில் இப்ப இன்னும் ஒரு நிலவரமும் புரியலே. யார் பக்கம் வலு அதிகம்ங்கறது சொல்ல முடியாம ஒரே குழப்பமாயிருக்கு. நீங்க பாலிடிக்ஸ் படிச்சிருக்கீங்க. நடைமுறைக்குப் படிப்பெல்லாம் ஒத்து வராது. ஏனிப்படி நாம் இங்கே நின்னு பேசணும்? மழையோ இப்போதைக்கு விடாது போலிருக்கு. உள்ளே வாங்கோ காப்பி சாப்பிடலாம்...”

“வேண்டாம், இப்ப வீட்டுக்குப் போயிடணும். நான் சாப்பிட வந்துவிடுவதாகச் சொல்லியிருக்கிறேன்.”

“எப்ப? மணி இப்போதே பன்னிரண்டரை. ஒரு பஸ் பிடிச்சு, இரண்டு பஸ் பிடிச்சில்ல போகணும்? உள்ளே வாங்கோ ஒரு காப்பி இல்லாட்டா வேறு ஏதானும் சாப்பிடலாம்...”

மழைக்கு நின்ற இடம் ஓட்டல் படிதான் என்பதை அவள் இப்போதுதான் கவனிக்கிறாள். மழை பெய்தாலும் உள்ளே புழுக்கத்துக்குக் குறைவில்லை.

'குடும்பம்' என்ற தடுப்புக்குள் செல்கின்றனர். அந்த நேரத்தில் சாப்பாட்டுக் கூட்டமே அதிகம்.

“நீங்க காப்பி வேண்டாம்னா, என்ன சாப்பிடறீங்க? ஏம்பா? ரெண்டு ரோஸ் மில்க் கொண்டு வா” என்று அவளைக் கேட்டும் மறுமொழியை எதிர்பாராமலும் பணிக்கிறான்.

உலர்ந்த நெஞ்சுக்கும் புழுக்கத்துக்கும் அந்தப் பானம் இதமாகத்தான் இருக்கிறது. அவன் 'ஸ்ட்ரா'வைத் தூக்கி எறிந்து விட்டு ஒரே மூச்சில் டம்ளரைக் காலி செய்கிறான். கைக்குட்டையால் நெற்றியை ஒத்திக் கொண்டு, “மிஸ் யமுனா, நீங்க நிச்சயமா அரசியல் உலகுக்கு வந்துதான் ஆகணும்” என்று புன்னகை செய்கிறான்.

“நான் சும்மா முகஸ்துதி பண்ணுறேன்னு நினைக்காதீங்கோ. நீங்க ஒரு வயிரம். பட்டை போட்டுட்டா அரசியல் வானில் உதய நட்சத்திரம். உங்களுக்கு நல்ல பின்னணி, படிப்பு, கிளாமர் எல்லாம் இருக்கு. உங்களை எப்படி உருவாக்கணும்கறதை நான் உங்களைக் கண்ட போதே திட்டம் போட்டுட்டேன். என்ன சொல்றீங்க...?”

இன்னும் பாதி தம்ளர் கூட உள்ளிறங்கவில்லை. குத்துவிளக்கின் சுடர்போல் ஓர் அடக்கமான புன்னகை அவள் முகத்தில் விளங்குகிறது.

உண்மையில் தீராத மற்றும் மரணத்துக்கஞ்சாத நேர்மையும், எளிமையுந்தான் தேவையென்று சொல்ல வந்த அவள் இந்த வகையில் தான் பிறரைக் கவருகிறாளா?

“ஏன் சிரிக்கிறீர்களிப்ப?”

“இல்லே வயிரத்துக்குப் பட்டை போடறதுன்ன என்னன்னு நினைச்சேன்!”

“நீங்க ரொம்ப குறும்பு போலிருக்கு! அரசியல்னா இப்ப அவனவன் பதவி, பணம், அதிகாரம்னு முன்னேற வாய்ப்பளிக்கும் களம்னுதான் அர்த்தம். இதிலே புகுந்து வெற்றிகரமாக வர ஒரு சாமர்த்தியம் வேணும். நீங்க ஒரே நேர்க்கோடா, ஹூம். கொள்கைப்படிதான் போகணும்னு நிலவரம் புரியாம முட்டிக்கக் கூடாதே? அதான் பட்டை போடற வேலையை எங்கிட்ட விட்டுடுங்கன்னேன்.”

“புரிகிறது... நீங்க உட்காருன்னா, நான் உட்காரணும், பேசுன்னா பேசணும். எழுந்திருன்னா எழுந்திருக்கணும்? அதாவது உங்க தொழுவத்தில் கட்டின மாடு போல...”

'ஆஹா, ஆஹா'வென்று அவன் சிரிக்கிறான். மற்றவர்கள் அவர்களைத் திரும்பிப் பார்க்கும்படி அவன் சிரிக்கும் போது யமுனா உள்ளூறக் கூறுகிறாள்.

"என்னமாப் பேசறீங்க? நீங்க நிச்சயம் இந்த எழுபத்திரண்டில் எங்கேயானும் நின்னு ஜயிச்சு, நிச்சயமாப் பதவிக்கு வந்தே ஆகணும்... வரணும்..."

அவள் அவசரமாகத் தம்ளரைக் காலி செய்துவிட்டு மேஜையில் வைக்கிறாள்.

"நான் நிச்சயமாக அரசியல் பதவிக்குப் போட்டி போட மாட்டேன்."

"உங்களைப் போல இருக்கிறவள்ளாம் இப்படிச் சொல்லித்தான் இந்த நாடே உருபடாம போயிருக்கு. நீங்க மாட்டேன்னா யார் விடப் போறா! நான் முதல்ல இப்ப ஒரு டாக்சியைப் பிடிச்சிண்டு வரேன்..." என்று வேட்டி தடுக்க, நிழலுள்ள நடை பாதையோரம் சென்று வண்டி பேசுகிறான். யமுனா அம்மாவனுக்கு ஒரு கடிதம் எழுத வேண்டும் என்று எண்ணிக் கொண்டே நிற்கிறாள்.

அத்தியாயம் 9

மழை ஆவேசம் வந்தாற் போல் கொட்டித் தீர்க்கிறது. நவராத்திரிக் கோலாகலங்களிடையே, காந்தி நூற்றாண்டு விழாக்களும், அரசியல் சண்டைக் கூட்டங்களுங்கூட அந்த மழையில் சிக்கித் தவிக்கின்றன. நீருவின் கல்யாண முகூர்த்தம் அக்டோபருக்குத் தாவி உறுதிப் படுகிறது. வீட்டில் அத்தைகளும், மாமன் மாமிகளும் வந்து போகும் கூட்டம். யமுனா ஒன்றிலும் பட்டுக் கொள்ளாமல் நாட்களைக் கடத்துகிறாள்.

"பொறுமை... உனக்குப் பொறுமை வேண்டும் மகளே!" என்று மட்டும் எழுதிவிட்டு வேடிக்கை பார்க்கும் அம்மாவனிடம் குழந்தையைப் போல் கோபம் கொள்கிறாள்.

"யமு? என் ஃபிரன்ட்ஸெல்லாம் உன்னோடு காந்தி ரயிலைப் பார்க்க வரணும்னு ஆசைப்படறாளே. நீ எங்களுக்கெல்லாம் மனுகாந்தியை இன்ட்ரட்யூஸ் பண்றியா?"

யமுனா வழக்கம் போல் சிரிக்கவில்லை.

"அங்கே உங்களுக்கு என்ன இருக்கிறது?"

"அந்தப் பழைய மூக்குக் கண்ணாடி, கடியாரம், பாதக் குறடுகள் இதெல்லாவற்றையும் பார்ப்பதற்கு இந்த மழையில் க்யூ வேறு நிற்க வேண்டும்; வேற வேலையில்லை!"

"பின் இந்த ரயிலுக்குப் பள்ளிக்கூடங்களிலிருந்து வாண்டுகளெல்லாம் கூடப் போறாங்களே?" என்று வியந்து கேட்கிறாள் சின்னம்மா.

"பிழைப்பில்லாமல் போகிறார்கள். நீ என்னமோ ஹங்கேரியன் லேஸ் வேணுன்னியே? அதற்காகக் கடைகளெல்லாம் போய்த் தேடினாலும் பலன் உண்டு. அந்த வற்றல் காய்ச்சி அம்மாவைக் கண்டு உனக்கு என்ன ஆக வேணும்? நீ தண்டத்துக்குக் கதர்ப் புடவையை வாங்க வேண்டி இருக்கும். ஸ்கிரீனுக்குக் கூட ஆகாது" என்று எரிச்சலுடன் மறுமொழி கூறுகிறாள் யமுனா.

"சபாஷ் யமு; இப்படிக் கையைக் கொடு. உனக்கு என் கல்யாணத்துக்கு ஸ்பெஷலா இரண்டு பட்டுப் புடவை. புது டிசைனில்..." என்று ஆரவாரிக்கிறாள் நீரு.

"மிக்க நன்றி. ஆறு சமுத்திரத்தில் விழுந்தாலென்ன, சமுத்திரம் ஊரில் புகுந்து ஆற்றை விழுங்கினாலென்ன, நீயே என்னை மாற்றி விடு. வம்பே இல்லை!"

"உன்னை மாற்ற முடியாதுன்னு நினைக்கிறியா?"

"நான் அப்படிச் சொன்னேனா?"

நீரு கண்களில் ஒளி தெறிக்கச் சிரிக்கிறாள். "இப்படி வைராக்கியமாக இருப்பவர்கள் தான் 'காதல்'ன்னு ஒண்ணில் இடறி விழுந்து விடுவார்கள். பிறகு பார்க்கணுமே? சற்று முன் சொன்னியே? அதப் போல இந்த ஆறு எந்த சமுத்திரத்தில் போய் விழுதோ?"

பிறகு உடனே தொடர்ந்து "யார் கண்டது? நாளைக்கே நீ ஒரு மந்திரியின் 'மனைவி'யாராக ஆகலாம். உனக்கு அந்த அளவுக்கு 'பிராஸ்பெக்டஸ்' இருக்கிறது" என்று கிண்டுகிறாள்.

"போகிறது, நீயே 'மந்திரி'யாராக ஆவாய்னு சொல்லாம விட்டியே?"

"அப்படிச் சொன்னால் நான் மாட்டேன்னு முறைப்பே? இப்படிச் சொன்னதால் ஒப்புக் கொள்கிறாய். ஏ...ய்! யாரடி அந்த ஆள்?"

இம்மாதிரி நாள் முழுதும் பேசிக் களிக்க நீரு தயார் தான். ஆனால், பெரியப்பாவின் குரல் வீச்சாக ஒலிக்கிறது.

"யமுனா! யமுனா!..."

யாரேனும் கடிதம் எழுதியிருக்கிறார்களோ?

பரபரப்புக்குக் காரணம் ஒரு அஞ்சலட்டைதான்.

"இந்தா பாரு, இது... யாரிது?"

"எது?"

"இதப் பாரு!"

புருவங்கள் நெருங்கிக் கடுமையை வெளியிடுகின்றன.

"சுடர்ப் பொறிகள்" என்ற தலைப்பு.

முற்போக்குக் குழுவினர் என்று ஒரு முகவரி, மக்கள் முற்போக்கு இலக்கியப் பொறிகள் சிதறுமிடமாம்.

'அன்புள்ள மிஸ் யமுனா,

எங்கள் வட்டத்தில் தாங்கள் ஒரு நாள் வந்து சிறப்புச் சொற்பொழிவு ஆற்ற வேண்டுமென்று நாங்கள் பெரிதும் விரும்புகிறோம். தாங்கள் ஒப்புதல் தெரிவித்தால் நேரில் வந்து காண்கிறோம்.

அமைப்பாளர்,

ரமேஷ்'

"யாரிது?"

"எனக்குத் தெரியவில்லையே பெரியப்பா?"

"உனக்குத்தான் நேரடியா எழுதியிருக்கிறார்கள். இந்த சுடர்ப்பொறி, தீப்பந்தமெல்லாம் கத்தி கபடாக்காரங்க கூட்டம். உன்னைத் தெரிஞ்சு தைரியமா எழுதியிருக்கிறானே? இந்த ரமேஷை உனக்குத் தெரியுமா? கத்தி கபடாக் கட்சிக்காரனுக சகவாசம் உண்டா உங்கம்மாவுக்கு?"

பெரியப்பா ஏன் அம்மாவை இழுக்க வேண்டும் இதில்? கண்ணுக்குத் தெரியாக் காற்றுக்கு நடுநடுங்கும் ஒட்டடைத் தூசு போல் அவளுள் ஓர் நடுக்கமும் உண்டாகிறது.

"இது யாராக இருந்தாலும், என்னைக் கேக்காம இங்கே ஒரு பயலையும் விடவேண்டாம். இந்த மாதிரிக் கூட்டத்துக்கெல்லாம் நீ போகக்கூடாது, என்ன?"

"எனக்கு யாரென்றே தெரியவில்லையே, பெரியப்பா?"

"அதெல்லாம் தெரியாது. கடுதாசியைக் கிழித்தெறி. நீ இதற்கெல்லாம் பதில் கூட எழுதக் கூடாது!"

இது அலர்ஜியா? இந்தக் கார்டில் கட்சிச் சின்ன வாடை கூட இல்லையே? ஆனால் இம்மாதிரியான இலக்கியம், சமுதாயம் என்ற போர்வைகளைப் போர்த்துக் கொண்டு தான் அந்த அறிவியல்வாதிகள் கட்சி வலையை விரிக்கிறார்கள் என்பதை அவள் அறிந்திருக்கிறாள்.

மேல் - கீழ் என்ற பாகுபாடுகள் இருந்தே தீர வேண்டும் என்ற உடும்புப் பிடிக்குள் தங்களை வளர்த்துக் கொண்டிருக்கும் தலைமுறைக்கு ஆத்திரம் வருகிறது.

தனிமையில் அந்தக் கசங்கிய அட்டையைப் பிரித்துப் பார்க்கிறாள். ஒவ்வோர் எழுத்திலும் கதிர் ஒளிந்திருப்பதைப் போல் பிரமை உண்டாகிறது. எதிரான கொள்கைக்காரர்களென்றால் அழைப்பை கிழித்துப் போட்டுவிட்டு ஒளிந்து கொள்வதா நெறியுள்ள செயல்? அது தானன்றோ அவளுடைய களம்?

இதற்கு என்ன செய்வதென்று இரவு பகலாய்ச் சிந்தனை செய்கிறாள்.

பெய்யாத மழை கொட்டித் தீர்த்து, ஏரி குளங்களை நிரப்பிவிட்டு, குடிசைகளை மிதக்கவிட்டு, இன்னமும் தூற்றலும் முணுமுணுப்பாக இருக்கிறது. மாலை ஐந்து மணியளவில் பெரியப்பா, குச்சியைச் சுழற்றிக் கொண்டு பேட்டை நிலவரம் அறியப் போகிறார். நீருவும் ரவியும் புதிய சினிமாவுக்குப் போயிருக்கின்றனர். சின்னம்மா எங்கோ மடத்தில் கந்தபுராணம் கேட்கச் செல்கிறாள்.

“யமு? நீ எங்கும் போகலியா?” என்று ஒவ்வொருவரும் கேட்கும்போதெல்லாம் அவள் உடம்பு சரியில்லாதது போல் பாவனை செய்து கொள்கிறாள்.

வீட்டில் ஒருவரும் இல்லை என்று அறிந்த பின் தொலைபேசியை எடுத்து, அந்த வட்டத்துக் காங்கிரஸ் கட்சி அலுவலகத்தைக் கூப்பிடுகிறாள். “ஹலோ... இந்துநாத் இருக்கிறாரா?”

“ஸ்பீக்கிங்...”

“யமுனா பேசறேன். உங்களை என்ன அன்றைக்குப் பிறகு காணவே இல்லை?”

“நான் என்ன செய்ய வேண்டும்? நீங்க தான் அரசியல்னாலே அலர்ஜின்னு தீத்துட்டீங்களே?”

“இல்லை, எனக்குச் சில விஷயங்கள் கேட்க வேண்டும், பேச வேண்டும். நீங்க வந்தால் கேட்கலாம் என்று நினைக்கிறேன்.”

“என்ன விஷயம்? ஃபோனில் சொல்ல முடியாத விஷயமா யமுனா?”

அவளுக்கு முகம் சிவந்து போகிறது.

“இல்லே. சுடர்ப் பொறின்னு ஒரு அமைப்பில் பேச எனக்கு அழைப்பு வந்திருக்கிறது. பெரியப்பாவுக்கு அது கத்தி கபடாக் கட்சியைச் சார்ந்ததுன்னு ஒரே கோபம். கடிதாசியையே கிழிச்சிப் போடச் சொல்றார். அப்படியெல்லாம் அதில் ஒன்றுமில்லை. உங்களிடம் கேட்கலாம்னு...”

“டோன்ட் வொர்ரி. கட்டாயம் நீங்க போய்ப் பேச நான் ஏற்பாடு செய்கிறேன். இந்த மாதிரிச் சந்தர்ப்பத்தை விடுவது முட்டாள் தனம்.”

“நீங்கள் புரிந்து கொண்டது போல அவர் புரிந்து கொள்ளலியே?...”

“கவலை வேண்டாம். நான் நாளையே போய் ஏற்பாடு செய்யறேன்.”

“அப்படியென்றால்?”

“அந்த இடத்தில் மிஸ் யமுனா ஏற்பாடு செய்து, நாள் கொடுத்துவிட்டு வருவேன்னு அர்த்தம்.”

“ரமேஷ்னு பேர் போட்டிருக்கு...” என்று முகவரியைப் படிக்கிறாள்.

“அப்ப சரியோ, குட்லக்? நாளைக்கு வரேன்” என்று விடை பெறுகிறான்.

அவன் மறுநாள் சொன்னபடி வரவில்லை. யமுனா புதிய குரல் கேட்கும்போதெல்லாம் அவன் வருகிறான் என்று பார்த்து ஏமாந்து போகிறாள். வழக்கம் போல் நாள்தாளைப் பார்த்து, ’பாங்கி தேசியமயம், ரபாட், கொட்டித் தீர்க்கும் மழை, பிவாண்டி’ என்று பெரியப்பாவின் மனசுக்கேற்ப அரட்டையடிக்க அவர் வயசுக்கொத்தவர்கள் யாரேனுந்தான் வந்து போகிறார்கள்.

நான்கு நாட்களுக்குப் பின் ஒரு நாள் மாலையில் அவன் தலையைக் காட்டுகிறான். நீரு ரவி இல்லை; சின்னம்மா சமையற்காரியுடன் பின்புறம் ஏதோ வேலையில் மூழ்கிக் கிடக்கிறாள். பெரியப்பா கூட்டுறவுச் சங்க போர்டுக் கூட்டத்துக்குச் சென்றிருக்கிறார். பரபரப்பை அடக்கிக் கொண்டு அவள் அவனை வரவேற்கிறாள்.

“பெரியப்பா இல்லையா?” என்று அவன் விஷமமாகக் கண்ணைச் சிமிட்டுகிறான். அது எப்படியோ இருக்கிறது.

“இல்லை... உட்காருங்கள்.”

“நாளை ஞாயிறு மாலை ஐந்தரைக்கு, ’சுதா’ நுங்கம்பாக்கத்தில் - முற்போக்கு இளைஞர் மன்றத்தில் யமுனா காந்திய இலட்சியங்கள் - உரை. அரேஞ்ச்ட்.”

அவளுடைய விழிகள் அகலுகின்றன. “அப்ப எப்படிப் போவது?... பெரியப்பா இப்போது வருவார். நீங்களே பக்குவமாகச் சொல்லிவிடுங்கள்...”

அவன் சிரிக்கிறான்...

“ரொம்பப் பயப்படுகிறாயோ?”

சட்டென்று அவன் ஒருமையான வசனத்துக்கு இறங்கி விட்டதை அவள் கவனிக்கவில்லை.

“பயமில்லை, இது மரியாதை. அவரை எதிர்க்காமல் அவருடைய கருத்து சரியில்லை என்று அறிவுறுத்த வேண்டும்...”

“ஏதேனும் சொல்லி சமாளியேன்?”

“அது சரி உண்மையிலேயே அவர் அபிப்பிராயப்படுவதைப் போல் அது கட்சியைச் சார்ந்த அமைப்பா?”

“நீ... இலேசில்லே, தெரிஞ்சுதானே நீ பூச்சிகாட்டறே. ஒண்ணு வைச்சுக்கோ. கிழம் பழம் அங்கே கிடையாது. பெரிய மனுஷ வீட்டுத் தலைமுறைகளெல்லாம் இருக்கு. அந்த ரமேஷ் இந்துஸ்தான் கம்பெனிக்காரர் வகையறா. அங்கேதான் டிரேட் யூனியன் லீடரா உற்பத்தியாயிருக்கான்! சுதீர்குமார்னு கேள்விப்பட்டிருப்பியே; ’டெரரிஸ்ட்’ சபோர்ட்டர்னான்; ஒரு சோடாபாட்டில் கண்ணாடி. நோஞ்சான் கருத்துக்களை மோத விடறது இந்த அமைப்பின் இலட்சியம்னான். அவா ரொம்ப பிஸி எனக்கே பார்க்கிறது கஷ்டம். எப்படியோ ஃபிக்ஸ் பண்ணிட்டேன். போஸ்டர் நிச்சயம் போடணும்னேன். அப்போ, ஞாயிற்றுக்கிழமை அஞ்சுமணிக்கு ரெடியா இரு. சரிதானே?”

“பெரியப்பாவிடம்...”

"அடாடா... என்ன நீ பூச்சி காட்டறே? அவரிடம் நான் சொல்லிக்கிறேன். வந்து கூட்டிப் போறேன்."

"ச...ரி..."

எங்கேயோ அறிமுகமில்லாத கானகப் பாதையில் அடிவைப்பதைப் போலிருக்கிறது.

ஞாயிற்றுக்கிழமையன்று நாள்தாளில் இன்றைய நிகழ்ச்சிகளின் வரிசைப் பார்க்கவே நடுக்கமாக இருக்கிறது.

நல்ல வேளையாக அதில் அறிவிப்பு வரவில்லை. சுவரொட்டிகளை எங்கே ஒட்டினார்களோ, பெரியப்பா கண்களில் பட்டிருக்க நியாயமில்லை என்று தெம்பு கொள்கிறாள். ஆனால் சொன்னால் சொன்னபடி இந்துநாத் அம்பாஸடர் வண்டியில் வந்து இறங்கிய போது வேர்த்து கொட்டுகிறது. பெரியப்பா வறுத்த முந்திரிப் பருப்போடு மாடு கறந்த பின் புதிய பாலில் கலந்த காப்பியுடன் ஊஞ்சலில் உட்கார்ந்திருக்கிறார்.

"நமஸ்காரம் மாமா?"

"அடேடே... கார் வரதே யாரோன்னு பார்த்தேனே. வா, கண்ணிலேயே காணோம்?"

"ஒண்ணுமில்லே தலைவர்கள் பண்ணும் மானக் கேடு - தலை நீட்ட முடியலே நமக்கு. நம்ம வட்டத்தின் ஒரு பிறந்த நாள் கொண்டாட்டம் போட்டுக் காந்தி நூற்றாண்டை நடத்தணும்னு பார்க்கறேன். சரியாக போகிறது..."

"யாருக்குப் பிறந்த நாள்?"

"யாருக்குப் பிறந்த நாள்? காந்திக்கு. அதோட, இந்த வட்டத்துக்கே பெரியவராக இருக்கேள் - அதோ காந்தி பரம்பரை வழி. உங்களுக்குத்தான் கொண்டாடக் கூடாதா? உங்களைப் போல் பெரியவாள்ளாம் ஒதுங்கி மறக்கும்படி பண்ணினதே தப்பு. எப்படியும் இந்தப் பிளவு எப்படிப் போறதுன்னு பார்த்துத்தான் யோசிக்க வேண்டியிருக்கு; இப்பக் கூட ஒரு மீட்டிங்குக்குத்தான் போறேன். யமுனாஜி, நமஸ்காரம்!" மாடிப்படியின் கீழ் தயங்கி நிற்கும் அவளுக்கு ஒரு பெரிய கும்பிடாகப் போடுகிறான்.

"எங்கே கிளம்பறாப்போல, நான் சகுனத் தடையா வந்திருக்கேனா? சேவா நிலையம் வரைக்குமா? கிளம்புங்க. உங்களை 'டிராப்' பண்ணிடறேன்."

அவள் புன்னகை பூக்கிறாள், "அதெப்படி நிச்சயமாகக் கேட்கிறீர்கள்?"

"பின்ன நீங்க எங்க போறிங்கன்னு புரிஞ்சுக்க முடியாதா?"

கேட்டுக் கோண்டே அருகில் நகர்ந்தபடி கண்களால் ஒரு அதட்டல், 'அசட்டுப்பிசட்டென்று பேசாமல் வண்டியில் ஏறிக்கொள்' என்று பொருள்பட, அவள் பின்புறம் ஏற கதவு திறக்கிறான். அந்தப் பெரிய வண்டியில் முன்னே ஒரு ஓட்டி அமர்ந்திருக்கிறான். இந்துநாத் அவன் அருகில் தான் அமருகிறான்.

வண்டி எல்லை கடக்கும் வரையிலும் அவன் பேசவில்லை.

யமுனா குழப்பத்தை மறைத்துக் கொள்ள வெளியே பார்வையை ஓடவிடுகிறாள்.

சுவரில் புதியவைகளாகப் பளீரென்ற கறுப்பு சிவப்பு வண்ணக் கொட்டை எழுத்துத் தாள்கள்.

"அறிஞர் அண்ணாவின் அறுபதாவது பிறந்தநாள் விழா! முத்தமிழ்ச் செல்வி, இசைக்குயில், கலையழகி, அருணா -

அண்ணா கதைப் பாட்டு.

அண்ணா வழி நடக்கும் இளவல்கள் செய்யும் சாதனைகள்.

அனைவரும் திரண்டு வருக! செல்வி அருணா!

அண்ணா புகழ்ந்து ஆசி கூறிய செல்வி அருணா!"

எல்லாத் தாள்களிலும் அருணா உதயசூரியன் டாலர் சங்கிலி மார்புக்குழியில் பளிச்சிட, கறுப்புப் பின்னணி சிவப்பு ரோஜாப் புடவையில் சிரிக்கிறாள்.

"இந்த அண்ணா திடல் எங்கே இருக்கிறது?"

"நம்ம வீட்டுக்குப் பின் தெருவோடு போனால் குடிசையெல்லாம் வருதே. அங்கே குப்பை கொட்டிக் கொட்டி முட்டு முட்டாத் தெரியறதே? அதுக்குப் பின்னாலெல்லாம் தான் அண்ணா திடல். வில்லிப் பயல்களுக்குக் குடிசைக் கட்டிக்க புறம்போக்கைக் கொடுத்து செட்டில் பண்ணதே நாமதான். இப்ப இவங்க கொடியைப் போட்டு எங்க சாதனைங்கறான்..."

யமுனா சிரித்துக் கொள்கிறாள்.

எல்லா இடங்களிலும் மண்ணின் சுவடறியாக் குழந்தைகளைத் தாம் இந்த அரசியல்வாதிகள் ஆசைகாட்டிக் கைக்குள் போட்டுக் கொள்கிறார்கள்?

அத்தியாயம் 10

சுடர்ப் பொறிகள்...

மிஸ் யமுனா எம்.ஏ. என்று எழுதப்பட்ட கரும்பலகை வாயிலில் தெரிகிறது.

வாயிலில் கார்களாக நிற்பதிலிருந்து, உயர்படிக்காரர்கள் பலர் கூட்டத்திற்கு வந்திருக்கிறார்கள் என்று புரிகிறது.

யமுனாவும் இந்துநாத்தும் வண்டியிலிருந்து இறங்குகையில் சுருண்ட கிராப்பும் இறங்கிய கிருதாவுமாக ஒரு இளைஞன் முன்வந்து கைகூப்புகிறான். வயது இருபதுக்குள் தானிருக்கும். அழகிய பூ வேலை செய்த அரைக்கை ஜிப்பாவும் பைஜாமாவும் அணிந்திருக்கிறான்.

''ரமேஷ்...''

''நீங்கள் ஒப்புக் கொண்டதில் ரொமப் சந்தோஷம்.''

''பேராசிரியர் சூரிய நாராயணா...''

தலை நரைத்துப் பல் விழுந்த கிழவரை அவளுக்கு அறிமுகம் செய்து வைக்கிறார்கள். அவர் தாம் தலைமை தாங்கப் போகிறார்.

''அந்த நாளில் உங்கப்பா, என்னுடைய - காலேஜ் மேட்...'' என்று அவர் முன் வரிசை ஒற்றைப் பல் தெரியச் சிரிக்கிறார்.

யமுனாவுக்கு எப்போதும் ஏற்படாத நடுக்கமும் குழப்பமும் தோன்றுகின்றன. இம்மாதிரியான கூட்டம் ஒன்றில் அவள் பேசியதில்லை என்று, நினைவு குறுக்கிடுகிறது. எதிரே வரிசை வரிசையாக அமர்ந்திருக்கும் முகங்களில் ஒன்று கூடப் பெண்ணுக்குரியதில்லை! இன்றைய இளம் பெண்கள், அரசியலிலோ, வேறு வகையான சமுதாய வாழ்விலோ எந்த அளவுக்கு ஆர்வம் கொள்கின்றனர் என்பதற்கு ஓர் அளவு கோலாக அந்தக் கூட்டம் இருப்பதாக நினைக்கிறாள். சிந்தனைகள் விஷய வட்டத்துள் வராமலே சுழல்கின்றன. குறுந்தாடி, நீண்ட கிருதாக்கள், அரும்பு மீசை, உள்ளத்தின் விகாரங்களை வெளியாக்கும் வகையில் ரோமக் கோலங்கள்... காந்தியடிகள் கூடச் சில படங்களில் மீசை வைத்துக் கொண்டிருக்கிறார். 'சிலருக்கு இயற்கையாக மீசை சாந்த இயல்பைக் காட்டுவதில்லை. அம்மாவனின்...' அவள் தன்னைக் குலுக்கிக் கொள்வது போல் நிமிர்ந்து உட்காருகிறாள். அந்த ரமேஷ்தான் அவளை அறிமுகம் செய்து கொண்டிருக்கிறார்.

''காந்தியின் வழியிலேயே எண்ணங்களை வளர்க்க, அதே பாதையில் முதிர்ந்திருக்கும் அவர் பேச்சைக் கேட்க இங்கே கூடியிருக்கும் கூட்டத்தை வரவேற்கிறேன். மாறுபட்ட கருத்துக்கள் மோதிச் சிதறிக் குழம்பிக் கலங்கி புதிய எண்ணங்கள் உருவாக வேண்டும் என்பது எங்கள் நோக்கம்...''

முகங்களைப் பார்த்துக் கொண்டே இருந்தவர்களுக்குச் சட்டென்று எல்லாம் அசைவற்று நின்றாற் போல் இருக்கிறது. வரவேற்புரையின் வாசகங்கள் செவிகளில் எழுந்து எங்கோ பொருளின்றி வறண்டு போகின்றன. அங்கே சுதீர்... சுதீர் தான்... வாயிலில் யாருடனோ பேசிக் கொண்டு...

ஒரு கணம் சித்தத்தை உள் நிறுத்தி இறையருள் வேண்டுகிறாள். பேசும்போது 'தான்' என்ற உணர்வு குறுக்கிடும் போது, அடுத்து என்ன என்று பொருளே மறக்கக் குழம்பி விடுவாள். முன்பு கல்லூரியில் மேடையேறி வரவேற்புரை, நன்றி நவிலல் கூறிப் பழகிய நாட்களில் அவளுக்கு இத்தகைய அநுபவங்கள் நேர்ந்ததுண்டு. அந்தக் கூச்சங்களெல்லாம் திரும்பி வந்து விட்டாற் போலிருக்கின்றன.

'ஆண்டவனே இன்று ஏன் இப்படியாகிறது?' என்று மனசைத் துடைத்துக் கொண்டு எதிரே குழந்தைகள் அமர்ந்திருப்பது போல் நினைத்துக் கொள்கிறாள்.

“ஜனநாயகம் சிறக்க, தனி மனிதன் செம்மை நெறியில் ஒழுகுதல் வேண்டும். தேவைகளை அதிகரித்துக் கொள்ளும் ஒரு மாய சுபீட்சம் உண்மையில் வண்மை அல்ல. விஞ்ஞான அறிவியல் வளர்ச்சியினால் மனிதனின் விலங்கியல் தன்மையே பெருகுமானால், அவன் உண்மையில் ஒளியை நோக்கி விடுதலை பெற்றிருப்பவனல்ல. பகிர்ந்துண்ணும் மனமும் அடுத்தவனும் வாழ வேண்டும் என்ற எண்ணமும் பிறக்க அவை தடை செய்யும். இந்த உண்மையான சுதந்திரத்தையும் சமத்துவத்தையும், தன்னைத் தானே கட்டுப்படுத்திக் கொள்ளாத அன்புநெறியில் வாழ்ந்தால் காணலாம் என்கிறார். அந்த நெறி அவர் புதிதாகக் கண்டதொன்றுமில்லை. ஆயிரம் ஆயிரம் ஆண்டுகளுக்கு முன்னரே பாரத நாட்டில் அறிவோர் வகித்த நெறிதான்.” அவளுக்கு நேரான பாதையில் தங்கு தடையில்லாமல் செல்லச் சரளம் வந்து விட்டது. அடுக்கு மொழிகள் செய்யும் ஜாலங்கள் ஏதுமில்லை. குரலில் தேனின் இனிமையும் ஆலயமணியின் நாதமும் குலவுகின்றன. அது உள்ளத்திலிருந்து ஒலிப்பூக்களைக் கொண்டு வந்து கேட்பவர்களின் செவிகளை நிறைக்கின்றன.

முடிவில் கரகோஷம் நீண்டு ஒலிக்கிறது.

அவள் உட்கார்ந்த பிறகு கொல்லென்று அமைதி படிகிறது.

ரமேஷ் மேடையில் நிற்கிறான். “நண்பர்கள் கேள்விகள் கேட்கத் துடித்துக் கொண்டிருப்பதை அறிவேன். கேள்விகள் சுருக்கமாக இருக்க வேண்டும். கால்வரையறை என்ற ஒன்றை நினைவில் வைத்துக் கொண்டு கேட்பது நல்லது...”

இந்த ஒரு அம்சம் கூட்டத்தின் பிற்பகுதியில் தலை நீட்டும் என்பதை அவள் எதிர்பார்க்கவே இல்லையே? நினைக்க நேரமில்லை.

கேள்விகள் வந்து விடுகின்றன.

முதலில் ஒரு கிருதா மீசைக்காரன் எழுந்திருக்கிறான்.

“காந்தியம் என்பது நடைமுறைக்கு ஒவ்வாத இலட்சியம். சந்திரனில் மனிதன் கால் வைக்கும் நாளில் கைராட்டையைக் கட்டிக் கொண்டு அழுவது மடத்தனம். விண்வெளியில் சீறிப் பாயும் நிலவுக் கப்பலை விட, கைராட்டை எந்த வகையில் மேன்மையாகிறது என்பதை விளக்க வேண்டும்?”

ரமேஷ் அவளைப் புன்முறுவலுடன் பார்க்கிறான்.

அவளோ அமைதியுடன் ‘‘நான் கேள்விகளை குறித்துக் கொள்கிறேன். எல்லாக் கேள்விகளையும் கேட்டு விடட்டும்’’ என்று மறுமொழி கூறுகிறாள்.

‘‘அஹிம்சை என்பதன் தத்துவம் என்ன? பிற நாடுகள் சர்வ நாச சக்தி படைத்த ஆயுதங்களைத் தயாரிக்கும் போது, இன்னொரு கன்னத்தையும் திருப்பிக் காட்டுகிறேன் என்று சொல்வது நகைபுக்கிடமில்லையா? இந்த அஹிம்சைத்தனத்தைப் பிறகு வாழ்விக்க, சகோதரியின் இனத்தில் ஒரு பூண்டு கூட மிஞ்சாதே? இதற்கு என்ன சொல்கிறீர்கள்?’’

‘‘மனிதன் தேவைகளைக் குறைக்காமற் போனால் குலம் அழிந்து போகும் என்று அச்சுறுத்தும் சகோதரி மனிதன் வீடு வாசலுமின்றி, விலங்கோடு போர் புரிந்து பச்சை ஊனைப் புசித்த நாட்களில் தேவைகள் மிகக் குறைவாக இருந்ததால், அந்தக் காட்டுமிராண்டியே இன்றைய மனிதனை விட மேலானவன் என்று கருதுகிறாரா? எப்படி? விளக்கம் தேவை.’’

ஒரு குறும்புக்காரன் குடும்பக் கட்டுப்பாட்டை ஆராய்கிறான்.

‘‘காந்தியம் செயற்கைச் சாதனங்கள் உபயோகிக்காமல் கருத்தடை என்று சொல்கிறது. வருடம் 365 நாட்களும் கட்டுப்பாட்டைக் கடைப்பிடித்தாலும், ஒரே ஒரு நாள் பொல்லாத எழுச்சி ஏமாற்றிவிடக் கூடுமே! இத்தனை கோடியும் மகாத்மாக்களாகி விடலாம் என்று அம்மையார் கருதுகிறாரோ? அது எப்படி முடியும்?’’

‘‘இலட்சியங்கள் செயலளவுக்கு எளிதாக இருந்தாலே நிலைக்க முடியும். காந்திய இலட்சியங்கள் அவர் காலத்திலேயே படுதோல்வி கண்டன. இன்று அடிபட்டு வீழ்ந்த அவற்றைக் குற்றுயிரும் குலையுயிருமாகத் தட்டியெழுப்ப வேண்டிய அவசியம் என்ன?’’

கேள்விகளைக் கேட்பவர்கள், மான்போல் நிற்கும் ஒருத்தியைத் தாக்க வந்திருக்கும் காட்டெருதுகளைப் போல் கேள்விகளைத் தொடுக்கின்றனர்.

இந்துநாத் பரபரப்புடன் ரமேஷைப் பார்த்து, ‘‘இதென்ன ஸார், இர்ரலவெண்ட் கேள்வியெல்லாம் கேட்க விடுகிறீர்கள்? இது இண்டலக்சுவல் மீட்டிங்கா, இல்லே உங்கள் சட்டசபைன்னு நினைச்சேளா?’’ என்று சீறுகிறான்.

‘‘இது யாரையா பேச்சாளருக்கு வக்காலத்து வாங்கிட்டு வருபவன்?’’

‘‘கருத்து மோதல் என்றால் கத்தரிக்காய் என்று எண்ணமா?’’

கேலி, கிண்டல், சிரிப்பு, ஏளனம், தீ வெடிகள்...

‘‘அமைதி அமைதி!’’ என்று சூரியநாராயணர் மேசையைத் தட்டுகிறார்.

‘‘நீங்க கேள்விக்கெல்லாம் பதில் சொல்லப் போறேளோன்னோ?’’ என்று யமுனாவிடம் குனிந்து மெல்லிய குரலில் கேட்கிறார். யமுனா புன்முறுவலுடன் ஒலி பெருக்கியின் முன் வந்து நிற்கிறாள்.

‘‘சகோதரர்களே, அமைதி வேண்டுகிறேன். மனிதன் விலங்குத்தன்மை மாறி பரிணாம வளர்ச்சியின் படிகளேறி மனிதத் தன்மையின் படியில் வந்து நிற்கிறான். இந்தப் படியிலிருந்து மீண்டும் விலங்குத் தன்மைக்கு இழிந்து கொண்டிருப்பதையே இப்போது உலகெங்கும் நிகழும் பல நிகழ்ச்சிகளிலிருந்து தெளிவாகக் காண்கிறோம். விஞ்ஞான அறிவியல்,

மெய்ஞானத்தை நோக்காகக் கொள்ளாதவரை, மனிதனைக் கீழ்நோக்கி இழுக்கத் துணை செய்கிறது. இது தவிர்க்கப் பட வேண்டும். அந்த எல்லை, இருக்கும் சக்திகளைப் பகிர்ந்து கொண்டு, எல்லோரும் உணவு - உடை - உறையுள் என்ற அடிப்படைத் தேவைகளையேனும் அநுபவிக்கப் போதுமான இடத்தில் குறிக்கப்பட வேண்டும். நூறு பேர் வாழக்கூடிய விசாலமான மாளிகையில் நான்கு பேர் குடியிருக்கின்றனர். அதே மாளிகையின் பின்புறம் கழிவு நீரோடைக்கரைக் குடிசையில், நான்கு பேர் இருக்கப் போதுமான இடத்தில் பதினான்கு பேர் நெருக்குகின்றனர். அந்த மாளிகை வாசிகளான நால்வர், எட்டுப் பேர் வாழக்கூடிய இடத்தை எடுத்துக் கொள்ளட்டும். மீதியை இல்லாதவருக்குப் பங்கிட முன் வரட்டும். இம்மாதிரி விட்டுக் கொடுக்கத் தனிமனிதனின் தரம் உயர வேண்டும். அதற்கு அந்த அடிப்படைப் பண்புகள் - எளிமை, தியாகம் எல்லாம் தேவையாகின்றன. பேராசையைக் கொல்ல வேண்டுமானால் விட்டுக் கொடுக்கும் பெருந்தன்மை வேண்டும். அவா அறுத்தலே அச்சமின்மைக்கு ஆதாரம். இவ்வகையில் தனி மனிதத் தொகுதிகள் சிறந்தால் சமுதாயத்தில் சொத்துக்கள் பொதுவுடமையாக மாற்றம் பெறும் போது சிக்கல் நேராது. பண்டைய நீலகிரிக் கிராமங்களில் ஒவ்வொரு கிராமத்தாரும் பொதுவாக நிலம் திருத்தி உண்டு மகிழ்ந்தனர். ஒரு வீட்டில் துயரம் நேர்ந்தால் அனைவரும் அதைப் பங்கிட்டுக் கொண்டு ஆறுதல் கொள்வார்கள். ஒரு வீட்டில் தட்டுப்பாடு வந்து, புதிய பயிரைத் தெய்வத்துக்குப் படைக்குமுன் கொய்ய நேர்ந்தால், அதைத் தவிர்க்க மற்றவர்கள் போட்டி போட்டுக் கொண்டு அவர்களுக்குத் தானியம் அளிப்பார்கள். இன்று அந்தப் பண்புகள் அழிந்து போய் விட்டன. தேவைகளைப் பெருக்கிக் கொண்டு பேராசையில் மக்கள் திளைப்பது தான் இதற்குக் காரணம். கைராட்டையை விண்வெளிக் கலத்தை விட மேன்மையாக ஏன் கருதுகிறேனென்றால் எல்லோரும் விண்வெளியில் செல்லும் பேராசையில் சோர்ந்து விழுவதை விட எல்லோரும் மானம் காத்துக் கொள்ளத் தம் உடையைத் தாமே தயாரித்துக் கொள்வதனால் பல எளியோரின் பிரச்னைகளைத் தீர்க்கலாமே என்பதனால்தான். குடும்பக் கட்டுப்பாட்டைப் பற்றி நண்பர் கூறினார். அதைப் பற்றிப் பேசுவதற்கோ ஆராய்வதற்கோ இது உரிய இடம் அல்ல. இந்த விஷயம் பற்றிய ஆசிரம வெளியீட்டை வாங்கிப் பார்த்துக் கொள்ளலாம். அடுத்து, இலட்சியங்கள் ஒருநாளும் தோல்வி அடைவதில்லை. காந்தியடிகள் எந்த இலட்சியத்தையும் புதிதாகத் தோற்றுவிக்கவில்லை. அலட்சியமாக நழுவ விட்டதை எடுத்துக் கொடுத்தார். இந்தியச் சமுதாயம் இன்றும் நிலைத்து நிற்கக் காரணமானவையே அந்த இலட்சியங்கள் தாம். நாட்டில் வேறு புதிய புதிய சமயங்களும் கொள்கைகளும் மோத வந்துங்கூட, சத்தியம், அஹிம்சை அன்பு ஆகிய நெறிகளின் அடிப்படையில் உயர்ந்து நிற்கும் ஆன்மிக வாழ்வு என்ற தத்துவத்தில், நோக்கத்தில், எல்லாச் சமயங்களும் ஒன்றே என்று நிலை கண்டதனாலேயே இந்தச் சமுதாயம் இன்னும் புதுமை அழியாமல் நிலைத்து நிற்கிறது..."

ஒலி பெருக்கித் தண்டைப் பற்றிக் கொண்டு அவள் புன்னகை புரிகிறாள். நெற்றி வியர்க்கிறது. இந்துநாத் மலைத்துப் போனாற்போல் உட்கார்ந்திருக்கிறான்.

தொலைவில் ஒரு கறுவல் முகம் உயர்கிறது.

''காந்தி மேலை நாட்டுக் கல்வி முறையை எதிர்த்தார். தம் மக்களுக்கு அக்கல்வியைக் கற்பிக்கவில்லை. ஆனால் முழுசும் மேல் நாட்டுக் காற்றிலேயே வளர்ந்த ஒருவரைத் தமக்குப் பிறகு தன் மொழியைப் பேசுவார் என்று தேர்ந்தது எதனால்?''

''மன்னிக்க வேண்டும் நண்பரே! நான் உயரிய இலட்சியங்களைப் பற்றியே பேச வந்தேனே ஒழிய காந்தி என்ற தனி மனிதரைப் பற்றியே பேச வரவில்லை'' என்று அவள் ஒதுங்கப் பார்க்கிறாள்.

''ஹோ, ஹோ'' என்ற ஆரவாரங்களும் கேலிகளும் எழுகின்றன.

''தோல்வி... வெட்கம்... அவருடைய இலட்சியங்களில் அவருக்கே நம்பிக்கை இல்லை என்று ஒப்புக் கொள்ளுங்கள்!'' என்ற ஆர்ப்பாட்டங்கள்.

''நான்சென்ஸ்! இதென்ன கசாப்புக் கடையா?'' என்று இரட்டைக் குரலில் கத்துகிறான் இந்துநாத்.

சூரியநாராயணர் அவளைப் பரிதாபமாகப் பார்க்கிறார்.

'வயசுப் பெண்ணாக லட்சணமாகக் கல்யாணம் கார்த்திகைன்னு குடும்பத்தில் இருந்து பேர் சொல்ல மாட்டாயோ! இப்படி இதுக நார்நாராகக் கிழிச்சிப் போட வந்து மாட்டிப்பியோ?' என்று இரங்குகிறார்.

''காந்தியைத் தனிமனிதர்னு விட்டு வைக்கலியே? இந்த நாடு கண்ணை மூடிண்டு அவர் சொன்னதைச் செய்யணும்னு தானே இப்ப சொல்கிறீர்கள்?'' என்று மீண்டும் ஓர் குரல் ஒலிக்கிறது.

''கல்வி என்பது மனசைப் பண்படுத்த வேண்டும். அந்த வகையில் இந்நாட்டில் ஏட்டுக் கல்வி முறை பயனளிக்கவில்லை என்று அவர் கண்டாரே ஒழிய, மேலை நாட்டுக் கல்வியை அவர் வெறுக்கவில்லை. செயல்திறனும், கூரிய மதியும், நாட்டு மக்களைக் கவரும் சொல்வன்மையும் கூடிய ஒருவரை அவர் தமக்குப் பின் வாரிசாக்கியதில் தவறில்லையே?''

''ஏன்? அந்த வகையில் பல தலைவர்கள் இருந்தார்களே? அவர்களை ஏன் தேர்ந்தெடுக்கவில்லை?''

அவளைத் திக்குமுக்காடச் செய்து ரசிக்கவே இந்தக் கேள்விகள் என்பது வெட்ட வெளிச்சமாகிறது.

''இதை விரிப்பதோ விவரிப்பதோ இன்றைய கூட்டத்துக்குப் புறம்பான விஷயம்...''

''புறம்பாக எப்படி ஆகும்? அந்த இலட்சியங்களை வெற்றிகரமாகச் செயல் முறையாக்கியதாக நீங்கள் நம்பிக் கொண்டிருக்கும் அந்தத் தலைவரே, தம் கட்சிக்காக இலட்சியத்தைப் பலி கொடுத்து விட்டுக் கட்சியை வலுவாக்க வேறொரு மனிதருக்கு வாக்குக் கொடுத்தார். காந்தி அந்தக் காலத்திலேயே விலைக்கு வாங்கப்பட்டார். அந்த விலை நாட்டின் தலைமைப் பொறுப்பு - அல்லது பதவி!''

யமுனாவுக்குச் செவி மடல்கள் குப்பென்று எரிகின்றன.

இந்த அவதூறுகளை வீசுபவன் சுதீர்தான்.

"அம்மணி, காந்தியம் எந்நாளும் நடைமுறைக்கு ஒத்து வரமுடியாத பிதற்றல் என்பதை ஒத்துக் கொள்ளுங்கள்!" என்று கறுவல் முகம் எழும்பி உட்கார்ந்து கெக்கலி கொட்டுகிறது.

பஜனை மண்டபத்தில் கூச்சலும், குழப்பமும் உண்டாகும்போது 'நமப் பார்வதி பதயே!' என்று எழுப்புவார்களே, அப்படி சூரியநாராயணர் மேசையைத் தட்டி விட்டு எழுந்திருக்கிறார்.

"ஒரு பேச்சாளரை நாம் பேசக் கூப்பிட்டிருக்கிறோம். ஒரு விஷயம் பேசச் சொல்கிறோம்; பேசுகிறார். கேள்வி கேட்பதே நாகரிகக் குறை. அதிலும் இது... அவசியமில்லைன்னு நினைக்கிறேன்" என்று தொடங்கி நன்றி கூறி கூட்டத்தை முடிக்க வழி செய்கிறார். யமுனா கெட்ட கனவினிடையே விழித்த குழந்தையைப் போல் உட்கார்ந்திருக்கிறாள். நன்றி கூறும் சம்பிரதாயச் சொற்கள் செவிகளில் விழுமுன் கரைந்து போகின்றன.

"பிரமாதமாகப் பேசினே. இதுகள் அசத்துகள். கேள்வி கேட்கறதுக்குன்னே கூட்டத்துக்கு வரும்..." என்று விடை கொடுத்துவிட்டு சூரியநாராயணர் மாலையையும் கைத்தடியையும் எடுத்துக் கொண்டு பெரிய காருக்குள் ஏறிச் செல்கிறார். வழியனுப்ப வருவது போல் நான்கு பேர் தொடர்ந்து வருகையில் சுதீர் அவளுக்காக வழியில் நிற்பான் என்று எதிர்பார்க்கிறாள். நெஞ்சு சோர்ந்து விழுகிறது. சிகரெட்டும் கையுமாக இந்துநாத்தான் கதவடியில் நிற்கிறான்.

இப்போது வண்டியின் பின்னால் அவளருகில்தான் உட்காருகிறான். ஆனால் அவள் சிந்தையில் அவன் அருகில் இருப்பதே உறைக்கவில்லை. பெரிய தோல்வி கண்ட ஏமாற்றத்தில் திரும்பத் திரும்ப எதை எதையோ எண்ணிச் சோருகிறாள்.

"கொன்னுட்டே போ, யமுனா!"

வண்டி தார்ப்பாதையில் செல்கிறது. தெருவெல்லாம் ஒளி மயங்கள் - நெரிசல்கள் - போக்குவரத்து ஊர்திகள்.

"கடைசியில் வளைச்சு வளைச்சுக் கேள்வி கேட்டானே, அவனைத் தெரியுமா, யார்னு?"

"ஹம்...?"

"அவன் தான் சுதீர்குமார். கீழ வெண்மணிக்கப்புறம் ஆளே தலைமறைவா இருந்தாப்பல. இன்னிக்கு வந்திருக்கிறான்..."

"ஓ..."

"ஆனாலும் நீ படுபிரமாதம்? பாலிடிக்ஸில் பிரமாதமா ஷைன் பண்ணுவே!"

"என்ன பேசலே? அன்னிக்கு நான் சொன்னதை எதிர் பாராம சரின்னு ஒப்புக் கொண்டுட்டே. அப்ப..."

வண்டி ஓர் ஒளிமயமான உலகில் முன் வந்து நிற்கிறது.

ஒரு... ஓட்டல்.

"வீட்டுக்குப் போலாமே? மணி எட்டரையாகிறதே?"

"எனக்குத் தெரியாதா? நீ இறங்கு சொல்றேன்."

"எதற்கு? வீட்டுக்குப் போகணும் எனக்கு..."

"எனக்கே ஒரே பசி, உன்னால்... அடக்கிட்டிருந்தேன்."

அவள் இறங்க வேண்டித்தானிருந்தது.

மேல்மாடி... எங்கோ நீளப் போகிறான்.

குடும்பம் என்று போட்டிருக்கிறது. ஆனாலும் குடும்பம் ஒன்றும் அங்கு இல்லை.

"எனக்கு ஒன்றும் வேண்டாம்."

அவன் பொருட்படுத்தவில்லை. ஏதோ இனிப்பு கொண்டு வரச் சொல்கிறான் போலிருக்கிறது.

சர்வர் போன பின் அங்கே யாரையும் காணவில்லை.

மேசையில் முழங்கையை ஊன்றி முகத்தைத் தாங்கிக் கொண்டு அவளை வைத்த கண் வாங்காமல் பார்க்கிறான். அவள் வெளி வாயிலைப் பார்க்கிறாள்.

தோளில் அவன் கை படிகிறது.

சுரீரென்ற உணர்வுடன் குலுங்கி எழுந்திருக்கிறாள்.

ஆனால் அவன் ஒன்றும் நடவாதது போல் சிரிக்கிறான்.

"சீ, விடுங்கள்!"

"ரொம்பக் கோவிச்சுக்கிறியே?"

கையை எடுத்துவிட்டான். ஆனால் அவளுடைய செருப்புக் கால்மேல் அவன் வெற்றுப் பாதம் படிகிறது.

அப்போது சிப்பந்தி இரண்டு இனிப்பையும் தம்ளரையும் வைத்துவிட்டுப் போகிறான்.

"என்ன, கத்தப் போறியா? நாளைக்குப் பேர் பேப்பரில் வரணும்னு ஆசையானால் கத்து...!"

அவளுக்கு வியர்த்துக் கொட்டுகிறது.

"காலை எடுக்கிறாயா, என்ன வேணும்; ஸ்கௌன்டரல்..." செருப்பைக் கழற்றிக் கையில் வைத்துக் கொண்டு நிற்கிறாள்.

"ஏனிப்படி கோவிச்சுக்கிறே கண்ணம்மா? கல்யாணமாறதுக்கு முன்ன கொஞ்சம் உரிமை எடுத்துக்கக் கூடாதா...?"

"கல்யாணமா? என்ன பேத்தல்?"

"ஆஹா... ஹா... உனக்கு இன்னும் பெரியப்பா சொல்லலையா கண்ணு? என்னம்மா வெட்கப்பட்டு நடிக்கிறே, போ!"

"நான்செ‍ன்ஸ். இந்த மாதிரி எண்ணங்களை அடியோடு ஒழிச்சிடுங்க."

"பார், பார்; உன்னை வேறு எவன் கல்யாணம் பண்ணிண்டாலும் என்னை விட அருமை தெரிஞ்சு நல்லது செய்ய மாட்டான். நான் இன்னிக்குக் கூட்டத்தைச் சமாளிச்சுக் கொடுத்ததற்கே நீ இந்த பூச்சாண்டித் தனத்தை மூட்டை கட்டி வைக்கணும். நீ யாருக்காகவும் பயப்பட வேண்டாம்...!"

"ஹம்..."

ஒரு உறுமல் உறுமிவிட்டு நாற்காலியைத் தள்ளிக் கொண்டு எழுகிறாள். எதிரே வரும் பணியாளன் மீது மோதாத குறையாக ஓடி

வருகிறாள். ஜுரம் வேகமாக இருக்கிறது. எந்த பஸ்ஸில் ஏறுகிறோம் என்று தெரியாமலேயே, அருகிலுள்ள பஸ் நிறுத்தத்தில் நின்று ஏறுகிறாள்.

வேருக்கு நீர் முற்றிற்று.

Made in the USA
Coppell, TX
15 January 2020